संक्षेप: संगणक क्षेत्र परिचय

आयटीच्या गोष्टी १

केदार दातार

संगणक क्षेत्राबद्दल कुतूहल आणि जिज्ञासा बाळगणाऱ्या
माझ्या अनेक मित्रांना समर्पित

अनुक्रमणिका

ऋणनिर्देश, पावती vii

नांदी, प्रस्तावना ix

1. नव्या युगाचे नवे एकलव्य 1
2. संगणक आद्य जननी - आदि शक्ती - एडा लोवलेस 4
3. तुका आकाशा एवढा - नेटस्केप नॅव्हिगेटर-मोझीला-फायरफॉक्स 7
4. संगणक शास्त्राचा मेरुदंड - अल्गोरिदम 10
5. कटपयादि - चषाभा चकटफू 14
6. विजापूरचा सरदार निघाला आहे 19
7. पैसा झाला खोटा - अरे खरंच की! 25
8. तांत्रिक महाजालाची काळी बाजू: डीप डार्क वेब 31
9. व्हाट्सऍप: फुकटचा धंदा तरी तिन्ही लोकी झेंडा 38
10. अतारी: खेळ मांडीयेला वाळवंटी घाई 45

क्रमशः 51

ऋणनिर्देश, पावती

"दिसामाजी काहीतरी ते लिहावे। प्रसंगी अखंडित वाचीत जावे।।"

असं रामदास स्वामींनी दासबोधात सांगितलंय. त्या न्यायाने अखंडित वाचन हे आधी करून, मग आपल्याला जे कळले, आणि उमगले ते लिहिणे हे उत्तम.

आज ते पुस्तक रुपाने तुमच्या समोर येत आहे. हे लेख लिहिण्याची माझी इच्छा, मी सगळ्यात आधी माझ्या बायको पुढे मांडली. तिने लगेच ती उचलून धरली. मग एक प्रयोग म्हणून पहिला लेख लिहिला. तो माझ्या परिचयाच्या काही मंडळींना व्हाट्सएप मधून पाठवला. त्यांना तो आवडला.

हे लेख ह्या व्हाट्सएप च्या माझ्या मित्रांनी, नातेवाइकांनी वाचून त्यांना ते आवडल्याची पोच पावती सगळ्यात आधी दिली. हे विषय मांडतांना मी वाचलेल्या अनेक पुस्तकांचे संस्कार माझ्या वर झालेले मलाच जाणवतात. त्यात पु. लं., मनशक्तीचे स्वामी विद्यानानंद, संगणक क्षेत्रातले अनेक जाणकार, अनेक गाढे अभ्यासक आणि त्यांचे लेख, यूट्यूब चे व्हिडीओ, मराठीतल्या कविता, पुराण कथा ह्याचा संदर्भ मी घेतलेला आहे.

ह्या ऋणातून मला मुक्त मुळीच व्हायचं नाहीये. पण ही प्रेरणा मला ह्या सगळ्या मंडळींमुळे नक्कीच झाली आणि त्यात सातत्य सुद्धा राखले गेले हे मात्र नक्की.

विशेषकरून हे पुस्तक नोशन प्रेस यांनी प्रकशित केले यासाठी त्यांचे मनःपूर्वक धन्यवाद.

माझी बायको, बाबा, सासू-सासरे, मुलगा, अनेक मित्र आणि नातेवाईक हे माझे पहिले वाचक. ह्या सगळ्यांनी दिलेल्या सूचना, अभिप्राय ह्या मुळेच हे लेख शुद्ध झालेत. नोशन प्रेस यांनी प्रकशित केल्याने हे पुस्तक आता संपूर्ण पणे सिद्ध झालंय आणि ते जेव्हा तुम्ही वाचाल तेव्हाच ते लिहिण्याचे साध्य पूर्ण होईल हयाची मला नक्की खात्री आहे.

ह्या सगळ्या मंडळींचे आशीर्वाद आणि प्रोत्साहन असेच सतत मिळत राहो हीच प्रार्थना.

केदार दातार

राम नवमी

(१०/०४/२०२२)

नांदी, प्रस्तावना

संगणक तंत्रज्ञान (आयटी) हे क्षेत्र आता तसे खूप मोठे झाले आहे. कित्येक लोकांनी ह्या क्षेत्रात आपले नाव कमावले. हयात मुख्यत्वे करून अमेरिकेतले लोक जास्ती आहेत. पण हिन्दुस्थानातील तरुण सुधा ह्या क्षेत्रात बहु संख्येने आढळतात. आज कित्येक आयटी कंपन्या हे भारतीय लोक चालवतायत. ह्या क्षेत्राची आणि तंत्रज्ञानाची सुरुवात कशी काय झाली? ह्यातले शोध कुठे आणि कसे लागले? हे तंत्र विकसित कसे झाले ह्या बद्दल अनेक वेळा आपल्या मनात कुतूहल असते.

आपण सगळेच हे तंत्रज्ञान आज अगदी रोज वापरतो. अगदी आपल्या आजी, आजोबांपासून ते लहान मुलांपर्यंत सगळेच मोबाइल किंवा कॉम्प्युटर सहज वापरतायत. काहींना त्याची तांत्रिक बाजू थोडी फार का होईना माहीत आहे. बऱ्याच जणांना त्याबद्दल जाणून घेण्याची जिज्ञासा पण असते. पण मराठी मध्ये काही मोजकीच पुस्तके आहेत ज्यात ह्या गोष्टी नीट सगळ्यांना समजतील अश्या मांडल्या गेलेल्या आहेत.

गेली २० हून अधिक वर्षे ह्या क्षेत्रात काम करत असतांना माझ्या मनात एक विचार कायम घोटाळत होता. तो म्हणजे ह्या क्षेत्राची माहिती आपल्या मराठी माणसाला झाली पाहिजे आणि ती सुद्धा त्याच्या भाषेत. ही संकल्पना गाठीशी धरून सुरुवात तर करून बघू... ह्या विचाराने मी एक लेखमाला लिहायला सुरुवात केली. व्हाट्सएप वर हे लेख माझ्या परिचयाच्या मंडळींना पाठवले. त्यांनी त्यावर पसंतीची दाद दिली. माझाही हुरूप वाढला, तशी लेखांच्या संख्येत अजून वाढ झाली.

संगणक क्षेत्रा बद्दलची माहिती संक्षिप्त स्वरूपात आणि लोकांना रुचेल अश्या भाषेत मांडावी हा त्या मागचा उद्देश. पुस्तकरुपात हे लेख प्रसिद्ध करून बघायला काय हरकत आहे असा विचार नंतर काही मंडळींनी मांडला. त्याची फलनिष्पत्ति आज तुमच्या स्वाधीन करत आहे.

हे लेख फक्त शहरी मंडळींसाठी नाहीत हां. अगदी खेड्यात राहणाऱ्या मंडळींपासून ते अमेरिकेतल्या माझ्या मराठी मित्र मैत्रिणींना देखील हे लेख वाचून ह्या विषयाची गोडी लागेल हे निश्चित.

हे लेख लिहितांना ते गोष्टिरूपाने मांडलेले आहेत. संगणक क्षेत्रातल्या तांत्रिक सिधांतांचा उगम आपल्या हिंदुस्थानी मूल्यां मधे सापडतो. ही मूल्य कशी निर्यात केली गेली आणि त्यांचा उपयोग कसा केला गेला याचे उल्लेख मुद्दाम अभ्यास करुन लेखात मांडलेले आहेत. अजून एक गोष्ट ह्या लेखांत प्रयोग म्हणून समाविष्ट केली आहे. ती म्हणजे आपल्या मराठी वाङ्ग्मयात असलेल्या अध्यात्मकथा, अभंग, कविता यांची सांगड जशी मला भावली तशी करण्याचा प्रयत्नही त्यात केलेला आहे.

हे लेख वाचून एखादा लहान मुलगा किंवा मुलगी प्रेरित झाली आणि संगणक क्षेत्राचा अभ्यास करण्याची जिज्ञासा त्यांच्यात निर्माण जरी झाली तरी सार्थक झाले. असे मी

समजेन. एक गंमत म्हणून जरी हे लेख वाचून तुम्हाला आनंद झाला आणि मनोरंजन झाले तरी पुष्कळ.

हे लेख लिहितांना मला जितकी मज्जा आली तितकाच आनंद तुम्हाला वाचतांना होवो हीच त्या निसर्ग शक्ति कडे मागणी.

विश्वकल्याण प्रार्थना,

केदार दातार

1

नव्या युगाचे नवे एकलव्य

आज सगळं जग एका महिन्याहून अधिक काळ आपापल्या घरात दडून बसलं आहे. ह्या काळात आपण आपल्या जीवनावश्यक गरजा नक्कीच पूर्ण करतोय. नवीन गोष्टी आपल्याला माहित होतायत. नव्या कल्पना आणि पद्धती रुजतायत. मोठमोठी तज्ज्ञ मंडळी उद्याचे जग कसं असेल ते आपल्याला सांगतायत.

पण ह्या सगळ्या माहितीच्या जंजाळात आपण हरवून जातोय का? काल पर्वा पर्यंत ज्याला आपण योग्य शालेय शिक्षण समजत होतो, ते उद्या बदलणार आहे का? ह्या सगळ्या वावटळीनंतर, आपल्या पुढच्या पिढीने नवीन शिक्षण पद्धती स्वीकारायला हवी का? हे असे अनेक प्रश्न आणि त्यांची उत्तरे शोधण्याचा मी एक प्रयत्न केला, आणि मला एकलव्याची गोष्ट आठवली.

आज शाळा आणि अभ्यासवर्ग घेणारे शिक्षक नव्या तंत्रज्ञाचा वापर करून मुलांना त्यांच्या घरी शिक्षण देण्याचा प्रयत्न करत आहेत. पाल्य शाळेत येऊ शकत नाही म्हणून शाळा पाल्या पर्यंत शिक्षण पोचवत आहे. ही नव्या शिक्षण क्रांतीची नांदी तर नाही ना? घरातून शिक्षण आपल्याला घेता येणे ही काही नवीन गोष्ट नाही. पण आता गरजेपोटी ह्या शिक्षणाला महत्व येणार असे दिसते. घरून शिक्षण घेणे ह्याला श्रीमंतांच्या भाषेत होमस्कूलिंग असे म्हणतात.

एकलव्याला द्रोणाचार्यांनी धनुर्विद्येचे शिक्षण नाकारले. एका अर्थाने त्याला हवी असलेली शाळा मिळाली नाहीं. म्हणजेच तो द्रोणाचार्यांच्या शाळेत जाऊ शकला नाहीं. मग त्याने आपल्या घरीच धनुर्विद्येचे शिक्षण सुरु केले. त्यात तो इतका निपुण झाला की द्रोणाचार्यांना भीती वाटली की आपण अर्जुनाला दिलेले वचन पूर्ण होणार नाही. द्रोणाचार्यांनी एकलव्याकडून गुरुदक्षिणा म्हणून त्याचा अंगठा मागितला.

एकलव्याने त्याचे शिक्षण स्वतःच कसे काय पूर्ण केले असेल? कुठला विषय निवडावा आणि त्याचा अभ्यास कधी करावा हे त्याने कसे ठरवले असेल? नव्या पिढीला ह्या प्रश्नांची उत्तरे नक्कीच शोधावी लागतील.

रूढ अभ्यासपद्धतीमध्ये मला एक गोष्ट त्रुटींची वाटते, की एखादी पदवी मिळाल्यानंतर अभ्यास थांबवण्याचे स्वातंत्र्य त्या व्यक्तीला मिळते. पण ह्यापुढे असे होईलच अशी चिंन्ह दिसत नाहीत. अभ्याससातत्य राखणे हे निपुणतेचे एक मूलभूत तत्व होईल असे दिसते. आमच्या माहिती-तंत्रज्ञान क्षेत्रात दर सहा महिन्यात नवीन बदल होतात. त्याचा अभ्यास करून जर तुम्ही त्या नवीन तंत्रज्ञानाचे पुष्टी प्रमाणपत्र मिळवले नाहीत तर तुम्ही कालबाह्य ठरता. ही गोष्ट आता सगळ्या क्षेत्रां मध्ये लागू होईल. वेळापत्रक बनवून अभ्यास करणे हे आता कालबाह्य होऊन सतत अभ्यास करणे (continuous learning) हीं पद्धत प्रत्येकाला अंगीकारावी लागेल.

शिक्षण मिळवण्याचे मार्ग पण आता खूप असतील. मूलभूत शिक्षण पूर्णतः फुकट मिळू शकेल अश्या काही संस्था आहेत. khanacademy.com ही त्यातलीच एक. दूरच्या गावात राहणाऱ्या आपल्या बहिणीला अधिकीचे शिक्षण देता यावे म्हणून तिच्या भावाने नवीन तंत्रज्ञाचा वापर करून काही विषयाचे वर्ग रेकॉर्ड केले आणि त्यातून एक विद्यापीठ तयार झाले. जगभरात एकलव्य तयार होऊ शकतात हे khan academy ने सिद्ध केले. पुढे मोठमोठ्या विद्यापीठांनी त्यांचे अभ्यासवर्ग कसे फुकट उपलब्ध करून दिले ह्याच्या कथा खूप रंजक आहेत.

अभ्यास कधीही कुठेही करता येऊ शकेल अशी सोय झाली की, त्याला वयाची मर्यादा पण राहणार नाही. मग मी कोणत्या विषयाचा अभ्यास करावा ह्या प्रश्नाचे उत्तर शोधले पाहिजे. जपान देशात "**इकिगाई**" नावाची एक पद्धत वापरतात. इकिगाई मध्ये असे सांगितले जाते कि तुम्हाला जे आवडते, ज्यात तुम्ही नैसर्गिक रित्या निपुण आहात, ज्यात तुम्हाला पैसे मिळतील आणि ज्याची जगाला गरज असेल तो विषय निवडावा. असे केले तर तुम्हाला त्या विषयात काम करताना आनंद तर मिळेलच पण तुम्ही त्यात नैपुण्य पण मिळवू शकाल आणि ते अधिक काळ टिकू शकाल. आपल्या कडे सचिन तेंडुलकर हे इकिगाई योग्य असण्याचे एक उत्तम उदाहरण आहे.

सारांश हा की अभ्यास तर करावा लागणार आहेच पण तो सतत करावा लागणार आहे. तेव्हा एक-एक पायरी सर करून मेरू पर्वतावर चढाई करवी लागेल. तुमच्याकडे किती ज्ञान आहे ह्या पेक्षा जे आहे त्याचे तुम्ही काय करताय ह्या कडे ही लक्ष देणे महत्वाचे ठरेल.

हल्ली यु-टर्न नावाची एक नवीन संकल्पना रुजताना दिसते. म्हणजे आपल्या वेद आणि पुराणकाळातील सिद्धांत योग्य होते ही गोष्ट आता सर्वमान्य होताना दिसत आहे. तेव्हा त्याचा विसर पडू न देता ते टिकवले पाहिजे. नाहीतर आज, बाहेरचे लोक आपल्याला हळदीचे महत्व सांगतायत आणि आपल्यालाच हळदीच्या गोळ्या विकतायत. तसे पुढे वेदातले ज्ञान त्यांच्या विद्यापीठात त्यांनाच पैसे देऊन घ्यायची वेळ येऊ नये - तेव्हाच नव्या युगातल्या एकलव्याला अंगठा द्यायची पाळी येणार नाही.

उद्याचं जग कसं असावं हे सांगण्याची ताकद निर्माण करूया आणि भारताची विश्वगुरू होण्याकडे वाटचाल सुरु ठेवूया.

विश्वकल्याण प्रार्थना,
केदार दातार
(अक्षय तृतीयाः एप्रिल २६, २०२०)

2

संगणक आद्य जननी - आदि शक्ती - एडा लोवलेस

आज आपण सहज मोबाइल आणि कॉम्प्युटर वापरतो. संगणक क्षेत्रात रोज नव नवीन शोध लागतायत. ह्या सहज सोप्या झालेल्या गोष्टींच्या मागे अनेक संशोधकांचे अपार कष्ट आहेत. काहींची नावे आपल्याला माहित आहेत. पण काहींची नावे आपण ऐकलेली पण नाहीत. अशांपैकी एक म्हणजे एडा लोवलेस. आतापर्यंत ज्ञात असलेला पहिला कॉम्पुटर प्रोग्रामर कोण? असा प्रश्न कोणी विचारला तर त्याचं उत्तर आहे - एडा लोवलेस.

१८०० च्या सुरुवातीचा - इंग्लड मधल्या भरभराटीचा - काळ. जोसेफ जॅक्युअर्ड ने पंच कार्ड वापरून यंत्र माग बनवला. औद्योगिक क्रांतीला नुक्तीच सुरुवात झालेली होती. इंग्लंड मध्ये - गणितज्ञ, खगोलशास्त्रज्ञ, तंत्रज्ञ, साहित्यिक, कवी यांचा गौरव होत होता. ह्याच काळात, इंग्लंड चा एक सुप्रसिद्ध कवी-लॉर्ड बायरन ह्याचा विवाह-एन इसाबेला मिलबॅंक हिच्याशी झाला. एन - ही गणित ह्या विषयाची तज्ज्ञ. बायरन ला मुलगा हवा होता. पण त्यांना झाली मुलगी. नाव ठेवलं अगस्टा एडा. ह्या मुलीचं नशीब असं की तिच्या जन्मानंतर महिन्या भरातचं लॉर्ड बायरन आणि त्यांच्या बायको मध्ये मतभेद झाले आणि लॉर्ड बायरन इंग्लंड सोडून निघून गेले. एडा ८ वर्षांची असताना लॉर्ड बायरन ह्यांनी देह सोडला. आईने एडाला तिच्या आजीकडे पाठवले. वडिलांची सावलीच काय पण साहित्य ह्या विषयाची तिला ओळख ही नसावी ह्याची पूर्ण खबरदारी घेतली. तिच्या साठी गणित ह्या विषयाची खासगी शिकवणी लावली. एडाला शिकवायला ज्या बाई होत्या, त्या पण तोला मोलाच्या आणि विख्यात. मेरी सोमरविले ही तिची शिक्षिका. मेरी ही त्या काळात ब्रिटिश ॲस्ट्रॉनॉमिकल सोसायटी मधली पहिली महिला गणितज्ञ आणि खगोलशास्त्रज्ञ. एडाला गणित विषयाची आवड लागली. १२ वर्षांची असतांना एडाने एक अजब ध्यास घेतला. तिला पंख लावून उडायचं होतं. ह्यासाठी तिने पक्ष्यांचा अभ्यास केला. अनेक गोष्टी वापरून पंख बनवण्याचा प्रयत्न केला. तिला ह्यात यश आलं नाही. तरी पुढच्या आयुष्यात तिने केलेल्या कामाची, संशोधनाची ही नांदी नक्कीच होती. १८३३ मध्ये तिची ओळख चार्ल्स

बेबेज ह्याच्याशी झाली. बेबेजनि तिला त्याच्या डिफरेन्स इंजिन बद्दल माहिती दिली. आणि एडाला संशोधनासाठी आवडता विषय मिळाला.

आता बेबेजच्या डिफरेन्स इंजिन बद्दल थोडं जाणून घेणं आवश्यक आहे. बेबेज हा रॉयल ॲस्ट्रॉनॉमिकल सोसायटीचा एक संस्थापक होता. त्या काळात इंग्लंड मधून अनेक जहाजं व्यापारासाठी बाहेर जायची. ह्या जहाजांना दिशा मार्गदर्शन करण्यासाठी ताऱ्यांचा, हवामानाचा अंदाज घ्यावा लागायचा. ह्याचे गणित मांडण्यासाठी अनेक तक्ते तयार करायला लागायचे. आपण कॉलेजात लॉग- टेबल्स वापरली आहेत ना, तसेच. तर हे तक्ते तयार करण्याचं काम बेबेज करत होता. बऱ्याच वेळेला हे तक्ते एका फॉर्मुला वर आधारित असायचे. आणि ज्यांना बेरीज-वजाबाकी येते अश्या चीप लेबर कडून हे तक्ते करून घेतले जायचे. पण ते बरोबर आहेत की नाही हे तपासायचं काम बेबेज सारखे तज्ज्ञ करायचे. ह्यात भरपूर चुका असायच्या. बेबेज एक दिवस हे तक्ते तपासत असताना त्यातल्या चुका बघून वैतागला. त्याला वाटलं हे तक्ते एका मशीन मधून तयार झाले तर काम अचुक आणि लवकर होईल. जॅक्युअर्डच्या लूमची संकल्पना वापरून आपल्याला तक्ते तयार करायचं मशीन बनवता येईल का हे बेबेज तपासायला लागला. आणि त्याने डिफरेन्स इंजिन ची संकल्पना कागदावर मांडली. ही त्याच्या शेवट पर्यंत कागदावरच राहिली. कारण त्याने ज्या इंजिनियरला हे यंत्र तयार करायला हाताशी धरलं, तो काही हे काम पूर्ण करू शकला नाही. बेबेजला सरकार कडून अधिक पैसे मिळणं बंद झालं. बेबेज ह्या डिफरेन्स इंजिन आणि त्याची सुधारित आवृत्ती ॲनालिटिकल इंजिन बद्दल अनेक ठिकाणी व्याख्यानं द्यायला लागला. एकदा त्याने इटली मध्ये ॲनालिटिकल इंजिन वर एक व्याख्यान दिलं. इटली च्या लुइगी ह्या गणितज्ञाने त्यावर एक लेख लिहिला (हा लुइगी पुढे इटली चा प्रधानमंत्री झाला). हा लेख एडाच्या हाती लागला. एडाने त्याचा इंग्रजीत अनुवाद केला. ती नुसता अनुवाद करून थांबली नाही. तर तिने त्यावर स्वतःच्या अश्या नोट्स काढल्या. ९ महिने हे काम ती करत होती. ह्या नोट्स बेबेजच्या मूळ लेखापेक्षा तिप्पट होत्या. ह्या नोट्स चा फायदा पुढे खूप झाला. ॲनालिटिकल इंजिनची रचना आणि वापर हा, समजायला खूप क्लिष्ट होता. एडाने हे बरंचसं सगळ्यांना समजेल अश्या स्वरूपात लिहून ठेवलं. पुढे फॅरडेने सुद्धा त्याचं कौतुक केलं. नुसते गणिती तक्ते तयार करण्या पलीकडे ह्या मशीन चा वापर होऊ शकतो हे एडा ने ह्या नोट्स मध्ये लिहून ठेवलं आहे. बेरनौली नंबर्स कॅल्कुलेट करण्याची एक पद्धत ह्या नोट्स मध्ये तिने मांडली. ह्या पद्धतीत तिने एक अल्गोरिदम तयार केले. हे मशीन जर तयार झाले असते तर हे अल्गोरिदम चालले असते हे आज सिद्ध झालंय. ह्या अल्गोरिदम साठी आज एडाला जगातला पहिला कॉम्प्युटर प्रोग्रामर म्हणून ओळखलं जातं. ह्याचा उपयोग पुढे टुरिंग ने ही केला. एडाने तिच्या नोट्स मध्ये बेबेजच्या ओरिजिनल प्रणालीत काही त्रुटी होत्या त्याही दुरूस्त केल्या. म्हणून संगणकातील पहिला -बग- शोधण्याचं श्रेय पण काही इतिहास कार तिला देतात.

आज आपण आर्टिफिश्यल इंटेलिजन्स च्या युगात आहोत. एखादा प्रोग्रॅम इंटेलिजन्ट आहे का हे तपासण्यासाठी म्हणून टुरिंग टेस्ट नावाची एक पद्धत वापरतात. पण २००० च्या सुमारास एक नवी पद्धत पुढे आली आणि त्याला -**लोवलेस टेस्ट**- असं नाव दिलं गेलं. एडा लोवलेस हिच्या नावाने यू. एस. डिपार्टमेंट ऑफ डिफेन्स ने १९८० साली एक नवीन संगणक भाषा प्रणाली पण तयार केली.

प्रत्येक यशस्वी पुरुषाच्या मागे एक स्त्री असते अशी म्हण आहे. एडा ने केलेले योगदान हे बेबेज च्या संशोधनाला अधिक कीर्ती देणारं आणि पुढे नेणारं नक्कीच आहे. **माझ्या** मते उशिरा का होईना तिला योग्य क्रेडिट आणि रेकग्निशन मिळालं. ९ महिने खपून तिने काढलेल्या नोट्स ह्या आज आपण सहज-सुखाने वापरत असलेल्या सगळ्या कॉम्प्युटर आणि मोबाइल चा पाया आहेत. हे जरी लक्षात ठेऊन आपण कृतज्ञ राहिलो आणि समाजाच्या भल्यासाठी ह्या सोयींचा वापर केला तरी भरून पावलं.

विश्वकल्याण प्रार्थना,

केदार दातार

(२२-०१-२०२२)

3

तुका आकाशा एवढा - नेटस्केप नॅव्हिगेटर- मोझीला-फायरफॉक्स

आज आपण सहज वेगवेगळ्या वेबसाइटस् वरची माहिती वाचतो. अगदी लहानात लहान मुलांपासून ते वयात आलेल्या आजी आजोबांपर्यंत सगळेच आज इंटरनेटचा पदोपदी वापर करतायत. हे तंत्रज्ञान आज आपल्या अस्तित्वाची मूलभूत गरज बनून गेलंय. ह्या वेबसाइटस् वरची माहिती बघण्याकरिता - आज प्रत्येकाचा एक आवडता ब्राउजर (गवेषक) आहे. बरीचशी मंडळी गूगल क्रोम वापरतात, कोणी मायक्रोसॉफ्ट एज, तर कोणी फायरफॉक्स चे चाहते आहेत. गूगल चा क्रोम ब्राउजर आज जवळ-जवळ ७०% हून अधिक लोक वापरतात. पण अगदी सुरुवातीच्या काळात नेटस्केप नॅव्हिगेटर ह्या ब्राउजर ने हे तंत्रज्ञान सगळ्यांसाठी सहज सुकर आणि सुरक्षित केलं. ह्या नेटस्केप नॅव्हिगेटवर ची ही गोष्ट.

१९९० मध्ये सर टिम बर्नर्स ली ह्यांनी वर्ल्ड वाईड वेब नावाचा पहिला वेब ब्राउजर तयार केला. अगदी साध्या दिसणाऱ्या काळ्या पांढऱ्या पडद्यावर फक्त **शाब्दिक** माहिती असलेले लेख आपल्याला वाचता यावेत अशी सोय ह्यात होती. १९९३ मध्ये मोसाइक नावाचा पहिला वहिला ग्राफिकल यूजर इंटरफेस असलेला ब्राउजर आला आणि वर्ल्ड वाईड वेब ह्या महाजालाची वाढ व्हायला सुरवात झाली. हा मोसाइक ब्राउजर बनवणाऱ्या टीमचा म्होरक्या होता मार्क एनड्रीसन. १९९४ मध्ये मार्क आणि जिम क्लार्क ह्यांनी एकत्र येऊन नेटस्केप नावाची कंपनी सुरू केली. ह्या कंपनीने ४ मूलभूत तांत्रिक गोष्टी ह्या जगाला दिल्या. त्या म्हणजे - **नेटस्केप नॅव्हिगेटर हा ब्राउजर**, सुरक्षित **असा एस. एस. एल. प्रोटोकॉल**, (आपल्या बद्दल ची माहिती गोळा करण्यासाठी ब्राउजर मध्ये वापरल्या जाणाऱ्या) **कुकीज** आणि **जावास्क्रिप्ट** ही **भाषा प्रणाली**. आज ह्या चारही गोष्टी इंटरनेटचा अविभाज्य भाग झाल्या आहेत. खरं तर जेव्हा मार्क आणि जिम ची पहिली मीटिंग झाली तेव्हा त्यांना निनटेंडो

सारखा एक इंटरनेट चा गेम तयार करायचा होता. पण काही कारणाने ती गोष्ट राहून गेली आणि त्यांनी नेटस्केप चा पहिला ब्राउजर -नॅव्हिगेटर- बनवायचं ठरवलं. नॅव्हिगेटर बाजारात आला १९९४ मध्ये. तो सगळ्यांना इतका आवडला की १९९५ मध्ये नेटस्केपचा आय. पी. ओ. आला. आणि नेटस्केप पब्लिक लिमिटेड कंपनी झाली.

त्याच काळात मायक्रोसॉफ्ट पण एक सॉफ्टवेअर बनवणारी मोठी कंपनी म्हणून नावा रूपाला येत होती. त्यांना पण इंटरनेट च्या मार्केट मध्ये वर्चस्व गाजवायचं होतं. मायक्रोसॉफ्ट ने त्यांचा स्वतःचा ब्राउजर -**इंटरनेट एक्सप्लोरर**- बाजारात आणला १९९५ मध्ये. हा ब्राउजर मायक्रोसॉफ्ट ने त्यांच्या विंडोज ऑपरेटिंग सिस्टिम बरोबर फुकट द्यायचं ठरवलं. आणि इतिहासात प्रसिद्ध असलेल्या ब्राउजर वॉर ला सुरुवात झाली. इंटरनेट एक्सप्लोरर फुकट मिळत असल्यामुळे नेटस्केप नॅव्हिगेटरचा वापर कमी व्हायला लागला. खरं तर नेटस्केपला संपवण्यासाठी मायक्रोसॉफ्टची ही खेळी होती. ह्याचं मुख्य कारण होतं इंटरनेट च्या बाजारपेठेतलं नेटस्केपचं वर्चस्व. १४ डॉलर ची ऑफर प्राईझ असलेला नेटस्केप चा शेअर शेवटच्या घटकेला २८ डॉलर इनिशिअल ऑफेरींग ने द्यायचा असा निर्णय झाला आणि पहिल्या दिवशी नेटस्केपची ऐतिहासिक लिस्ट प्राईझ होती ७५ डॉलर. हे यश दैदिप्यमान होतं. ह्याला पुढे "**नेटस्केप मोमेन्ट**" असं नाव मार्केट मध्ये पडलं. हेच नेमकं मायक्रोसॉफ्ट ने ओळखलं. नेटस्केप ला संपवायचं असं ठरवूनच ही खेळी केली गेली होती. नेटस्केप ने पण ह्याला प्रत्युत्तर दिलं. एक मोठं मार्केटिंग कॅम्पेन आणि खूप नवीन गोष्टी त्यांनी नॅव्हिगेटर मध्ये टाकून बाजारात आणल्या. नॅव्हिगेटर हा इंटरनेट एक्सप्लोरर पेक्षा चांगला असूनसुद्धा लोकांनी फुकट मिळत असलेला इंटरनेट एक्सप्लोरर वापरण्याला पसंती दिली.

३ वर्षं नेटस्केपने जोरदार झुंज दिली. शेवटी मार्क ने ठरवलं की आपल्याला जर ह्यात टिकून राहायचं असेल तर आपण नेटस्केप नॅव्हिगेटर चं लोकार्पण केलं पाहिजे. म्हणजेच नेटस्केप नॅव्हिगेटर लोकांना फुकट द्यायचा. १९९८ मध्ये नेटस्केप ने ओपन सोर्स मोझीला प्रोजेक्ट ची स्थापना केली. नॅव्हिगेटरचं नाव बदललं. आता मोझीला ह्या नावाने लोकांना तो फुकट वापरता येणार होता. ह्याचं जगाने स्वागत केलं आणि त्यातून ओपन सोर्स मुव्हमेंट नावाची एक मोठी चळवळ नावा रुपाला आली. ह्या निर्णयामुळे मायक्रोसॉफ्ट इंटरनेट एक्सप्लोरर ची हवाच निघून गेली आणि मोझीला परत सगळ्यांचा आवडता ब्राउजर व्हायला लागला.

पुढे १९९८ मध्ये अमेरिका ऑनलाईन ह्या कंपनीने नेटस्केप ही कंपनी विकत घेतली. पण मोझीला ह्या ब्राउजरवर काम चालूच राहिलं. हे काम आता मोझीला फाउंडेशन मधले दिग्गज पुढे नेत होते. २००४ च्या नोव्हेंबर मध्ये मोझीलाचं नाव बदलून फायरफॉक्स करण्यात आलं. पहिल्या ९ महिन्याच्या काळातच फायरफॉक्स हा ६ कोटी लोकांनी डाउनलोड केला. आता इंटरनेट एक्सप्लोररचं वर्चस्व संपुष्टात येत होतं. फायरफॉक्स ब्राउजर, त्याच्या नावा प्रमाणेच बाजारात लोकप्रियतेची आग लावत होता. २००८ पर्यंत हे

टिकून राहिलं. २००८ ला गूगलचा क्रोम बाजारात आला आणि लोकप्रिय व्हायला लागला.

पण तरीही फायरफॉक्स च्या नवं नवीन आवृत्या येतंच राहिल्या. ह्याचं मुख्य कारण म्हणजे मोझीला काय आणि फायरफॉक्स काय हे जागतिक स्टँडर्ड वर आधारित ब्राउजर होते. कुठेही दर्जा कमी नं करता किंवा लोकांची माहिती चोरीला नं जाता हा ब्राउजर वापरता येत होता. जाणकार लोकांना हे मनापासून आवडत होतं. ही लोकप्रियता अजून टिकून आहे. मधल्या काळात मायक्रोसॉफ्ट ने पण ह्यात टिकून राहण्यासाठी इंटरनेट एक्सप्लोरर च्या नवीन आवृत्या बाजारात आणल्या. आणि २००६ साली एक विलक्षण गोष्ट घडली. २४ ऑक्टोबर २००६ ह्या दिवशी फायरफॉक्स ची दुसरी आवृत्ती बाजारात आली. त्याच दिवशी मायक्रोसॉफ्ट ने फायरफॉक्स च्या ऑफिस (कचेरीत) मध्ये एक केक पाठवला. त्यावर लिहिलं होतं - "**तुमचं अभिनंदन - इंटरनेट एक्सप्लोरर टीम कडून शुभेच्छा**". इंग्रजीत एक म्हण आहे - "कीप युअर फ्रेंड्स क्लोज, अँड एनिमीज क्लोजर". ही एकमेकांना केक पाठवण्याची परंपरा पुढे बरीच वर्षं चालू राहिली आणि त्यात गूगल क्रोम ची टीम पण सामील झाली.

अजूनही फायरफॉक्स हा ब्राउजर बाजारात पाय रोवून टिकून आहे. ओपन सोर्स मुव्हमेन्ट ने ह्या ब्राउजरला नवीन जीवदान दिलं. आता तर अनेक दिग्गज कंपन्या ह्या त्यांचे प्रॉडक्ट, स्वतःहून ओपन सोर्स करतात. हा इतिहास घडला, ह्याचं मुख्य कारण म्हणजे - आपण विकसित केलेल्या तंत्रज्ञानावर - नॅव्हिगेटर टीमचा ठाम विश्वास होता. ब्राउजर फुकट दिला तरी आपलं नुकसान होणार नाहीच, पण जगाला सुरक्षितपणे माहिती चा वापर करता येईल ह्याच उद्देशाने मार्क ने तो धाडसी निर्णय घेतला होता - हे आज लक्षात येतं. तुकाराम महाराजांची गाथा काही लोकांनी सूड बुद्धीने बुडवली. पण तरीही लोकांच्या मुखातून ती पुन्हा प्रकटली आणि अजरामर झाली. आजही आपण गाथेतले अभंग वाचतो त्यातून बोध घेतो. आपल्याला सुद्धा अशा अनेक प्रसंगातून जावं लागतं. आपण चांगले काम करत असून सुद्धा समाजातील काही घटक आपल्या कामाचा मत्सर करतात, त्याला कमी लेखतात. जर खरंच आपलं काम बहुजनहिताय असेल तर ते नक्कीच टिकेल हा विश्वास ठाम हवा. आज जरी त्याची निंदा होत असली तरी पुढच्या अनेक पिढ्या ह्यांच्यातून नक्की जे चांगलं आहे ते स्वीकारतील ह्याची ग्वाही ह्या नेटस्केप नॅव्हिगेटर च्या गोष्टी मधून आपल्याला मिळते. तुकोबांचाच अभंग आहे - "अणुरेणिया थोकडा, तुका आकाशा एवढा". आकाशा एवढी स्वप्न नक्कीच बघावीत. जनहिताचा विचार त्यात असेल तर ती प्रत्यक्षात उतरतीलच आणि टिकतील सुद्धा. पण वृत्ती ह्या अभंगात सांगितल्या सारखी उपकारा पुरती ठेवली तर त्याचा त्रास कमी होऊन आनंद द्विगुणित होईल आणि चिरंतन टिकेल.

विश्वकल्याण प्रार्थना,
केदार दातार
(०५-०२-२०२२)

4

संगणक शास्त्राचा मेरुदंड - अल्गोरिदम

एका महा संगणकाने एखाद्या निष्णात खेळाडूला हरवल्याची बातमी वर्तमानपत्रात आली की चर्चा होते. हे कसे काय शक्य झाले. कोणी तरी म्हणतं की ह्याच्या मागे मशीन लर्निंग अल्गोरिदम वापरतात. आपल्याला मशीन आणि लर्निंग कळतं पण अल्गोरिदम काय प्रकार आहे हे उमगत नाही. ह्या **अल्गोरिदम** चि ही उकल कथा.

अल्गोरिदम हा प्रत्येक संगणक आज्ञावली (प्रोग्रॅम) चा कणा आहे. प्रोग्रॅम हे जर वाक्य असेल तर अल्गोरिदम हा त्या मागचा विचार आहे. प्रोग्रॅम हे जर फलित असेल तर अल्गोरिदम हा मंत्र आहे. मुळात आपण सगळेच हे अल्गोरिदम रोज वापरत असतो. एखादा फक्कड पदार्थ करायचा असेल तर त्याची कृती आपण आईला विचारून लिहून घेतो. ती कृती म्हणजे अल्गोरिदम. अल्गोरिदमचा दर्जा (वेग, अचुकता) जितका चांगला तितका तो प्रोग्रॅम चांगला. आपल्याला जर एका खोलीतील माणसं मोजायची असतील तर आपण काय करतो. एक-एक माणूस मोजतो आणि बोटं मोडतो. सगळी माणसं मोजून झाली, की बोटं बघून सांगतो इतकी माणसं आहेत. आता हे जर आपल्याला पटकन करायचं असेल तर काय करतो. जोड्या मोजतो. शेवटी एखादा एकटा राहिला मोजायचा, तर एकच बोट अजून मोडतो आणि किती माणसं आहेत ते सांगतो. जोड्या मोजल्या मुळे जरा वेगाने काम पूर्ण होतं. हाच विचार अल्गोरिदम मधल्या स्टेप्स (टप्पे) तयार करताना केला जातो.

अल्गोरिदम हा शब्द नामस्रोतीय आहे. एखाद्या माणसाच्या नावावरून पडलेला शब्द, ह्याला इंग्रजीत एपोनिम (नामस्रोतीय) असे म्हणतात. ९व्या शतकात पर्शिया मध्ये एक गणितज्ञ होता. त्याचं नाव **मुहम्मद इब्न मुसा अल-ख्वारिझमी**. ह्या अल-ख्वारिझमी चा निसबा (अपभ्रंश) झाला **अल-ख्वाराझम** आणि लॅटिन लोकांनी त्याचा केला **अल्गोरिदम**. बगदाद चा खालिफ, हरून-अल-रशीद ह्याने एक विवेक शाळा (ब्यत-अल-हिकमा किंवा हाऊस-ऑफ-विस्डम) स्थापन केली होती. ह्यात सगळ्या जगातले ज्ञान अभ्यासून ते पर्शियन मध्ये लिहून जतन केलं जायचं. ख्वारिझमीने हिंदू संख्या शास्त्राचा अभ्यास करून

एक ग्रंथ लिहिला आणि तो लॅटिन लोकांनी भाषांतरित केला. ह्या लॅटिन ग्रंथाची सुरुवातच आहे - 'दीक्षित अल-ख्वारिझमी' (अल-ख्वारिझमी म्हणाला) अशी. ह्याच दरम्यान त्याने अजून एक पुस्तक लिहिले 'अल-किताब अल-मुखतसर फी हिसाब अल-जबर वल-मुकाबलाह'. ह्यातला '**अल-जबर**' ह्या शब्दातूनच **अलजेब्रा** ही गणितातली शाखा निर्माण झाली. विशेष म्हणजे हे अल-जबर पुस्तक पूर्णतः शब्दांनी भरलेलं आहे. एकही आकडा किंवा फॉर्मुला त्यात नाही. हिंदू संख्या शास्त्र अरेबिक लोकांनी लिहून ते युरोप मधल्या लोकांना दिलं म्हणून त्याला हिंदू-अरेबिक न्यूमरल्स असं म्हणतात. त्या आधी रोमन संख्या वापरल्या जायच्या. पण त्या वापरायला खूप क्लिष्ट होत्या. रोमन संख्या ही सिम्बॉल मध्ये लिहिली जाते. म्हणजे १ हा आकडा i असा लिहितात. ५ लिहायचा असेल तर v. ४ (iv) आणि ६ (vi) असे. ह्यात v च्या आधी i असेल तर ४ का होतो. तर डाव्या बाजूचा i आकडा ५ मधून वजा करायचा आणि ६ साठी उजव्या बाजूचा i हा आकडा जमा करायचा. रोमन संख्या वापरून दोन आकड्यांची बेरीज करायची तर जवळ-जवळ पाच ते सहा ओळी लागायच्या. अजून एक गोष्ट अशी की, रोमन संख्यांच्या मध्ये शून्य हा आकडा नव्हता. हिंदू संख्यांच्या मध्ये ० ते ९ हे आकडे आहेत. आणि ११ म्हणजे १० गुणे १ अधिक १ असल्यामुळे त्यात बेरीज आणि गुणा कार ह्या सूत्रांचा नैसर्गिक उपयोग केलेला आहे. दोन आकड्यांची बेरीज ३ ओळीत पूर्ण होते. सुरुवातीला रोमन लोकांनी ह्या हिंदू-अरेबिक संख्या वापरण्यावर बंदी आणली. पण त्यांची रोमन पद्धत वापरणं इतकं अवघड होतं की नंतर लोकांनीच रोमन संख्या वापरणं बंद करून हिंदू-अरेबिक संख्या वापरायला सुरुवात केली. इथे थोडं थांबून त्या ख्वारिझमीला सांष्टांग नमस्कार करावासा वाटतो. की त्याने हिंदू हा शब्द त्याच्या पुस्तकातून गाळला नाही. आज सगळं जग हे हिंदू-अरेबिक संख्या शास्त्र वापरतंय. तुम्हाला एखादा महाभाग जर म्हणाला की मी हिंदुत्व मानत नाही. तर त्याला शांतपणे ही ख्वारिझमीची गोष्ट सांगा. उद्या पासून हिशेब आणि बँकेचे व्यवहार बंद कर म्हणावं. कारण हिंदू संख्या वापरल्या शिवाय, आज तरी हे शक्य नाही. हे का सांगतोय की आपणच आपल्या चांगल्या गोष्टी विसरलोय. ह्या संख्या ज्या लिपीत होत्या त्याला ब्राह्मी लिपी असे नाव आहे. आज ब्राम्हीतला - 'ब्र' जरी काढला तरी आपल्यालाच 'वा' करणारी लोकं आपल्याच देशात आहेत. असो! पण ह्यात शेफारून जाण्यात काही अर्थ नाही. आपल्याला आर्यभटाने शून्याचा शोध लावला हे माहित आहे. एखादा दगड आपल्याला मिळावा आणि त्याची किंमत शून्य समजून, आलेल्या पाहुण्याला आपण द्यावा. त्याने त्याच्या देशात जाऊन अभ्यासाने तो घासावा आणि हिरा निघावा अशी गत झाली आहे आपली.

अल्जेब्राचा वापर मोठी आणि क्लिष्ट गणितं सोडवायला करतात. ह्यात स्टेप-बाय-स्टेप गणित सोडवतात. एखादी स्टेप चुकली, तर उत्तर चुकतं. पुढे जॉर्ज बूल ने एक पुस्तक लिहिलं - 'लॉज ऑफ थॉट'. ह्यात त्याने तर्कशास्त्राची मूलभूत मांडणी केली. आपण सहज म्हणतो ना चहा करायचा असेल तर चहा पावडर '**आणि**' पाणी दोन्ही पाहिजे. साखर '**किंवा**'

गूळ दोन्ही पैकी काहीही चालेल. हे '**आणि**', '**किंवा**' - ह्या गोष्टींचा वापर करून एखादा निर्णय घेऊन पुढे जाता येतं. हे तर्कशास्त्र, अल्गोरिदम मध्ये वापरलं जातं. टुरिंग ने एनिग्मा कोड ब्रेक करायला असंच अल्गोरिथम तयार केलं म्हणून जर्मनीचा पराभव होऊ शकला. टुरिंग म्हणायचा, ही मशीन्स पुढे जाऊन हुशार होतील. मशीनला दिलेली माहिती लवकरात लौकर गणिताच्या आणि तर्काच्या आधारावर जोडून उत्तर शोधता येईल - ह्यावर त्याचा ठाम विश्वास होता. मग ही अल्गोरिदम प्रगत होत गेली. एडगर जिक्स्ट्रा - ह्या ऋषि तुल्य अशा शास्त्रज्ञानी तर १३ अल्गोरिदम तयार करून मौलिक अशी ह्या ज्ञानात भर घातली. आज तर आर्टिफिशिअल इंटेलिजन्स मध्ये अनेक गणितांचा वापर केला जातो. ह्यात मानवी मेंदूची रचना समजून घेऊन एक जाळे (ग्रिड) तयार केलं जातं. आपल्या मेंदूत अनेक न्यूरॉन्स असतात. ह्यात माहिती साठवलेली असते. असेच जाळे तयार करून त्याच्या अनेक लेयर्स (पातळ्या) वापरून महा संगणक निर्णय घेतो. ह्यात 'बायस' म्हणून एक कॉम्पोनन्ट असतो. माहिती असलेल्या उत्तरा बरोबर आलेलं उत्तर पडताळून घेतात आणि चुकलं असेल तर हा बायस बदलतात. उत्तर बरोबर येईपर्यंत बायस बदलला जातो. ह्यालाच मशीन लर्निंग असे म्हणतात. हे खरं म्हणजे इतकं सोपं नाहीये. पण सोपं करून सांगायचं म्हणून असं सांगतोय.

आज ही अल्गोरिदम आपल्या सभोवताली सगळीकडे आहेत. शेअर मार्केट मध्ये आज ही अल्गोरिदम ट्रेडिंग करतात. ह्याला ब्लॅक-बॉक्स ट्रेडिंग असे नाव आहे. मार्केट मध्ये अशा अल्गोरिदम नी भल्या भाल्यांची तारांबळ उडवून दिल्याच्या गोष्टी पण खूप आहेत. २०१०, २०१७ मध्ये अशा अनेक अल्गोरिदम बेस्ड प्रोग्रॅमनी, शेअर विकायचा सपाटा लावला. मार्केट क्षणात कोसळले. ह्यालाच फ्लॅश क्रॅश असं म्हणतात. हे प्रोग्रॅम फक्त दिलेल्या स्टेप्स सोडवत पुढे जातात. त्या चुकल्या तर कुठे थांबायचं, हे जर त्यांना सांगीतलं नाही, तर असे फ्लॅश क्रॅश होतात. ह्यालाच स्टॉप बटण प्रॉब्लेम म्हणतात. २०१७ साली अजून एक विलक्षण घटना घडली. के-जीए हा गो ह्या खेळातला जगत जेता खेळाडू. गूगल डीपमाईंड ह्या महा संगणकाने चीनच्या के-जीए ला, गो खेळण्याचं आव्हान दिलं. के-जीए ने ते स्वीकारलं. खेळ सुरू झाला. ३ मॅच झाल्या आणि के-जीए तीनही मॅच मध्ये हरला. शेवटची मॅच हरल्यानंतर के-जीए ओक्साबोक्शी रडू लागला. मग गूगल अल्फागोची टीम त्याच्या जवळ आली आणि त्यांनी के-जीए ला सांगितलं की आम्हीपण गो चे खेळाडू आहोत. आम्ही तुझ्या भावना समजू शकतो. के-जीए नंतर म्हणाला - माझ्या समोर एक 'कोल्ड आणि टेरिफायिंग स्पर्धक उभा होता'. अल्फागो ला भावनाच नव्हत्या - हा खेळ जिंकला म्हणून त्याला आनंद झाला नाही आणि हरला असता तर रडलाही नसता.

ख्वारिझमीच्या काळात बेरीज वजाबाकी करणारी अल्गोरिदम आज खूप हुशार आणि कर्तबगार झालीयेत. शेअर मार्केट मध्ये पैसे मिळवायला लागलीयेत. बुद्धीच्या खेळात निष्णात झालीयेत. माणूस ओळखायला लागलीयेत (तुमच्या गूगल अकाउंट प्रोफाइल मध्ये जाऊन बघितलंत की कळेल. गूगलला तुमच्या वया पासून ते पायापर्यंत सगळी

माहिती आहे.) पण आज तरी - त्यांच्यात ‘भावना’ नाहीयेत. हाच त्यांच्यातला आणि आपल्यातला फरक आहे. ही गोष्ट किती मोलाची आहे असा विचार मनात येतो आणि सहज शब्द घुमायला लागतात.

“आर्यभटा पासुनि जाहला ज्या ज्ञानाचा उगम |
ख्वारिझमीचे नाव मिळाले झाले अल्गोरिदम |
टप्प्या टप्प्याने बांधावे चालुनी एक कदम |
तंत्रज्ञानातुनी प्रकटतो गोड नवा संगम ||
प्रश्न असा हा विज्ञानापुढे खास होऊनी खडा |
कसा जन्मलो बुद्धीकशी ही देई कोण बापुडा |
अभ्यासुनि मग उत्तर शोधू हाच उचलला विडा |
तंत्रातून बघ नवा प्रकटला चमत्कार रांगडा ||
यंत्र जाहले हुशार त्याचे यश झाले मोठे |
राबविण्या मग शरीर आम्हा वाटलेची छोटे |
जगी शोधता आयुष्यातच सुख नोहे भेटे |
माणुसकीने मिळे मनासी समाधान मोठे ||”

आज अनेक अल्गोरिदम बेस्ड प्रोग्रॅम आपल्यावर लक्ष ठेवून आहेत. आपल्याला काय चांगलं, काय वाईट हे रेकमेंड करतायत. पुढे तर मेटा व्हर्स येऊ घातलंय. त्यात आपल्या सुप्त इच्छा पण आपल्याला जगता येतील (तशा त्या अल्गोरिदमला पण कळतील म्हणा). हे हवं, तेही हवं, असं सगळी अल्गोरिदम आपल्याला सुचवतील. त्या वेळेस निर्णय घेण्यापूर्वी, आतल्या ज्ञान-विवेक-चक्षु नि बघावं लागेल. ठरवावं लागेल. तेव्हाच श्रेयस आणि प्रेयस यातला फरक आपल्याला उमगेल.

विश्वकल्याण प्रार्थना,
केदार दातार
(१२-०२-२०२२)

5

कटपयादि - चषाभा चकटफू

च-ची भाषा बऱ्याच जणांनी लहानपणी वापरली असेल. ह्या भाषेचे २ नियम आहेत. प्रत्येक शब्द च-पासून सुरु करायचा आणि शब्दातले पहिले अक्षर शेवटी ठेवून, इतर अक्षरे जशीच्या तशी म्हणायची. आता संगणकाची भाषा कुठली. ह्या प्रश्नाचे उत्तर आहे बायनरी नंबर सिस्टिम. ह्यात दोनच आकडे असतात ० आणि १. आपल्याला जर प्रोग्रॅम लिहायचा असेल तर आपण बेसिक किंवा जावा वापरतो. ह्याला हाय लेवल लँग्वेज म्हणतात. आपण जावा मध्ये लिहिलेला प्रोग्रॅम हा कंपायलर बायनरी मध्ये कन्व्हर्ट करतो. आतापर्यंत १००० हून अधिक संगणक भाषा विकसित झाल्या आहेत. पण तत्व हेच. तुम्ही लिहिलेल्या प्रोग्रॅमचे रूपांतर बायनरी मध्ये करायचं. ह्या हाय लेवल लँग्वेज सगळ्या आहेत इंग्लिश मध्ये. हे इंग्लिश-टू-बायनरी कन्व्हर्जन करणे गरजेचे असतं. सुरुवातीला फक्त इंग्लिश अक्षरं बायनरी मध्ये कन्व्हर्ट करता यावीत म्हणून अमेरिकन लोकांनी अमेरिकन स्टँडर्ड कोड फॉर इन्फॉर्मेशन इंटरचेन्ज (एस्की) नावाचा एक तक्ता तयार केला. ह्याला एन्कोडिंग आणि डिकोडिंग चार्ट असे नाव दिले. ह्यात इंग्रजी भाषेतले शब्द आणि आकडे आपल्याला बायनरी मध्ये कन्व्हर्ट करता येत होते. नंतर युनिकोड नावाची एक सिस्टिम आली आणि इतर भाषांचे रूपांतर बायनरी मध्ये करण्याची सोय झाली. बायनरी नंबर सिस्टिम चा शोध कोणी लावला असा प्रश्न विचारला की उत्तर येतं **पिंगळाचार्य** यांनी हा शोध लावला. काय - आश्चर्य वाटलं ना? पण हे खरं आहे. तिसऱ्या दशकात पिंगळा नावाचे ऋषी झाले. त्यांनी **छंदशास्त्र** नावाचा एक ग्रंथ लिहिला. आपण ज्या कविता ऐकतो त्या मागे हे शास्त्र आहे. ह्यात त्यांनी छंदाचे प्रकार सांगितलेत. ह्यात ते सुरुवातीला म्हणतात की, दोनच स्वर वापरून छंद तयार होतो. ह्याला **लघु** (शॉर्ट) आणि **गुरु** (लॉन्ग) स्वर म्हणतात. हे कसे काय बुआ? तर आपल्या भाषेत स्वर आणि व्यंजनं असतात. स्वर कसे असतात तर - अ, आ, इ, ई, उ, ऊ... हेच ते लघु (ल) आणि गुरु (गु) स्वर. आता ह्याचा वापर छंदात कसा करतात ते बघू. आज शिवजयंती आहे. शिवाजी महाराजांची आवडती देवता आदि शक्ती भवानी. भवानी देवीचे आद्य शंकराचार्यांनी रचलेले भवानी अष्टक असे आहे.

"न तातो न माता न बन्धुर्न दाता |
न पुत्रो न पुत्री न भृत्यो न भर्ता ।
न जाया न विद्या न वृत्तिर्ममैव |
गतिस्त्वं गतिस्त्वं त्वमेका भवानि ॥१॥ "

ह्यात "न तातो" हे शब्द जर नीट वाचले तर आपल्याला लघु(ल) आणि गुरु(गु) स्वर सापडतील. त्यात नतातो(लगुगु) असा पॅटर्न दिसेल. ह्याच पॅटर्न चे कॉम्बिनेशन्स वापरून छंद तयार होतो. ह्याला कॉम्बिनोट्रोनिक्स असे म्हणतात. डोनाल्ड नुथ ह्या संगणक शात्रज्ञाने "दि आर्ट ऑफ कॉम्पुटर प्रोग्रामिंग" ह्या ग्रंथाचे ४ वोल्युम लिहिले आहेत. त्यातल्या २ऱ्या वोल्युम मध्ये त्याने हे कॉम्बिनोट्रोनिक्स आपल्याला पिंगळा ऋषींनी दिले असा उल्लेख केलेला आहे. आपण आज पास्कल ट्रायअँगल म्हणून जे ओळखतो त्याला पिंगळाचार्य मेरूप्रस्तार म्हणतात. फिबोनाची सिरीजचा पण मूळ उल्लेख छंद शास्त्रात आहे. आता छंद शास्त्र थोडं अजून समजून घेऊया. छंद का? ह्या प्रश्नाचे उत्तर पण एका श्लोकात आहे.

"स्वर्ग्यं यशस्यमायुष्यं पुण्यं वृद्धिकरं शुभं |
कीर्तिमृग्यं यशस्यं च छंदसां ज्ञानमुच्यते || (रुकप्रतिशाख्य १८.६२) "

म्हणूनच हल्ली पार्किन्सन झालेल्या लोकांना रामरक्षा म्हणायला सांगत असतील कदाचित. ह्या छंदांचे चार मुख्य वर्ग केलेत. त्यात बृहतीछंद हा पहिला छंदवर्ग आहे. वेदातल्या ऋचा तयार करण्यासाठी हा बृहतीछंदवर्ग वापरतात. त्यात गायत्री हा छंद -बृहतीछंद- ह्या वर्गातला पहिला छंद आहे. म्हणूनच भगवान गीतेत म्हणतात - *गायत्री छन्दसामहं | (भगवत गीता १०.३५)*. प्रत्येक छंदाचा उपयोग कशासाठी करायचा ह्याचे पण काही संकेत आहेत. गायत्री कशासाठी वापरतात ह्याचा श्लोक असा आहे.

"गायत्री गायते स्तुतीकर्मणः | अग्निसूक्तम् | "

गायत्री छंदात ३ ओळी असतात. प्रत्येक ओळीत ८ अक्षरं असतात. ऋग्वेदातला अग्नी गायत्री मंत्र असा आहे.

"अग्निमीळे पुरोहितं | यज्ञस्य देवमृत्विजम्। होतारं रत्नधातमं || "

ह्यात ३ ओळी आहेत. प्रत्येक ओळीत ८ अक्षरं आहेत. एकूण २४ अक्षरं. छंदामध्ये एक किंवा दोन अक्षरं कमी किंवा अधिक असलेली चालतात. एक अक्षर कमी असेल तर त्याला निचरुत छंद असं म्हणतात. निचरुत गायत्री हा शब्द अथर्वशीर्षांत येतो. जर ३२ अक्षरं असतील तर त्याला अनुष्टुप छंद म्हणतात. रामरक्षा ही अनुष्टुप छंदात आहे. आपण जो गायत्री मंत्र

म्हणतो तो मुख्यत्वे निचरुत गायत्री छंद आहे. पहिल्या ओळीत ७ अक्षरं आहेत म्हणून. पुढे छंद वापरून वृत्त तयार करतात. थोडक्यात २ स्वर वापरून एक एन्कोडिंग सिस्टिम तयार केली म्हणून **पिंगळाचार्यांना फादर ऑफ बायनरी सिस्टिम** म्हणतात.

आता अशा अजून ३ एन्कोडिंग सिस्टिम आपल्याकडे आहेत. ह्याला संख्या शास्त्र असं म्हणतात. म्हणजे आकड्यांचं रूपांतर शब्दात करण्यासाठी ह्या सिस्टिम आहेत. हे का केलंय. तर वेदातल्या ऋचा सहज म्हणता याव्यात आणि आकडे मधेच आल्याने अर्थवाही होण्याला आडकाठी येऊ नये म्हणून. ह्या कोणत्या संख्या आहेत –

१. भूत संख्या

२. आर्यभट्टीय संख्या

३. कटपयादि संख्या.

भूत संख्या शास्त्रात भौतिक गोष्टींचा वापर करतात. म्हणजे १ चंद्र, २ नेत्र, ३ अग्नी, ४ वेद...

आर्यभट्टीय संख्या जरा उत्तमाअधिकारी लोकांसाठी आहे. अंकापासून अक्षरं बनवायची ही पद्धत आहे. क ते म अशा पंचवीस अक्षरांसाठी १ ते २५ आकडे आहेत. तर य र ल व श ष स ह या अवर्गातील अक्षरांसाठी ३० ४० ५० ६० ७० ८० ९० आणि १०० आकडे आहेत. तर व्यंजनमालेतून स्वरासाठी दशमानातली दोन स्थाने नेमली आहेत. अ आ साठी १, इ ई साठी १००... असे आकड्यांचे कन्व्हर्जन अक्षरात केले की एक छोटा शब्द तयार होतो. तो लक्षात ठेवायला सोपा असतो. म्हणजे **ख्युघृ** हा शब्द डिकोड केला तर तो **४३२००००** इतका होतो. मोठ्या संख्या असतील तेव्हा ही पद्धत उपयोगी पडते. आर्यभट्टाने असे का केले. तर खगोलशास्त्रात कालगणना किंवा ताऱ्यांमधलं अंतर मोजायला अश्या मोठ्या संख्या वापरायला लागतात म्हणून. त्या शॉर्ट करता याव्यात अशी सिस्टिम तयार केली. पण ही सामान्य लोकांना वापरायला खूपच क्लिष्ट होती.

म्हणून मग **कटपयादि संख्या** आल्या. केरळ च्या ऋषींनी हे संख्या शास्त्र मांडले. ह्यात एन्कोडिंग चे नियम एका श्लोकातच दिले आहेत.

> *"नञावचश्च शून्यानि संख्याः कटपयादयः।*
> *मिश्रे तूपान्त्यहल् संख्या न च चिन्त्यो हलस्वरः॥"*

म्हणजे क ते झ हे १ ते ९ आकडे मॅप केले तर ट ते ध हे पण १ ते ९ असेच मॅप करतात. प ते म हे १ ते ५ असे. य ते ह हे १ ते ७ असे. ह्यात ञ, न आणि स्वर हे ० म्हणून वापरले जातात. अजून एक नियम आहे.

> *"अंकानां वामतो गतिः।"*

म्हणजे अक्षरांचं आकड्यात डिकोडिंग केलं की अंक उजव्या बाजूने डाव्या बाजूकडे मांडायचे. असं का बरं? तर आपण एकादशी असे म्हणतो आणि आकडा लिहितो ११. म्हणजे आपण डेसिमल नंबर सिस्टिम प्रमाणे एकं संख्या आधी लिहितो नंतर दशं संख्या. हे संख्या शास्त्र वापरून माधवाचार्य ह्यांनी साइन टेबल तयार केलंय. त्यात प्रत्येक संख्येसाठी एक वाक्य आहे. वररुची ऋषींनी ४थ्या शतकात चंद्रवाक्य म्हणून अजून एक टेबल तयार केलं. सूर्य आणि चंद्राच्या पोजिशन ह्यात आहेत. हे इतकं फिट बसलेलं आहे की त्या वाक्यांना अर्थ सुद्धा आलेला आहे. उदा. "धेनव श्रीः" ही संख्या आहे ०० २४ ०९ अशी. पण ह्या वाक्याला अर्थ पण आहे - (धेनु) गायी ह्या (श्री) श्रीमंतीचं लक्षण आहेत. पाय ची संख्या (३.१४१५९) लक्षात राहण्यासाठी म्हणून एक सुप्रसिद्ध श्लोक आहे.

"गोपीभाग्यमधुव्रात-शृङ्गिशोदधिसन्धि |
खलजीवितखाताव गलहालारसंधर॥"

ह्यात एकूण ३२ अक्षरं आहेत. ही कटपयादि प्रमाणे पाय ची संख्या आहे ३१ डेसिमल्स पर्यंत. ह्या श्लोकापुरता फक्त एक अपवाद वापरतात. हा श्लोक जरा नंतरचा असल्यामुळे ह्यात आकडे उलटे करायला लागत नाहीत. ह्याचा छंदाशी काय संबंध आहे हे आता वेगळं सांगायला नको. अहो, हा आपला अनुष्टुप छंदच आहे की.

ह्या कटपयादि संख्या शास्त्राच्या ॲप्लिकेशन ची कढी झाली आहे ती कर्नाटकी संगीतातल्या मेलकरता चार्ट मध्ये. ह्यात रागांची वर्गवारी केलेली आहे. पण ती गणितात अशी काही बसवली आहे की त्या रागांच्या नावांवरून त्यात असलेले स्वर आपल्याला ओळखता येतात. एकूण ७२ संपूर्ण राग- ह्यात आहेत. संपूर्ण म्हणजे सगळे स्वर असलेले. ह्याला जनक राग असेपण म्हणतात. त्यांचे १२ वर्ग आहेत. हे १२ वर्ग भूत संख्या वापरून मांडलेले आहेत. पहिले ३६ राग - ह्यात शुद्ध मध्यम वापरतात आणि उरलेल्यात प्रती मध्यम. आता ग, रे, नि आणि ध हे ओळखायला त्या रागाच्या नावातली पहिली २ अक्षरं कटपयादि वापरून डिकोड केली की आपल्याला त्या रागाची पोजीशन मिळते आणि त्याला ६ ने भागले की जो कोशंट आणि रिमेंडर मिळतो त्यातून आपल्याला ग-रे-नि-ध हे स्वर ओळखता येतात. उदा. कनकांगी ह्या रागाचा नंबर काढायचा तर क (१) आणि न (०) उलटं लिहायचं ०१ हा पहिला राग आहे.

कटपयादि ची अजून एक गंमत सांगतो. महाभारत ह्या ग्रंथाचे मूळ नाव आहे "जय". कटपयादि वापरून ज(८) आणि य(१). ह्याचं उलटं केलं की त्याची संख्या होते १८. आता नीट जर लक्ष दिलं, तर हा १८ आकडा महाभारतात ठिकठिकाणी वापरला आहे. १८ पर्व, गीतेतले १८ अध्याय, १८ दिवस युद्धाचे आणि १८ अक्षौहिणी सैन्य. आहे की नाही चमत्कार! ही सिस्टिम किती नॅच्युरल आणि लॉजिकल आहे हे पटतं तेव्हा शब्द स्फुरतात.

"कटपयादि या संख्या | ऋषींनीं केल्या व्याख्या |

सोप्या वाटाव्या सारख्या | भाषेत जाहल्या ||
वेद पुराणातिल ज्ञान | असूनी ते बहु गहन |
संख्या सिद्धांताचे सदन | शोभतसे तया ||
गणिताचे सगळे अवघड | झाले सर बहुत गड |
मुळी न होता गडबड | मोतिया मिळाल्या ||
मेलकर्त्यात बसविले राग | स्मृतीचा वाढीला वेग |
मोठा करावा परिघ | ज्ञानाचा आपुल्या || ”

ते "विश्वात्मकें देवें वाग्यज्ञें तोषायला" आपल्यालाच आपलं अंगण ज्ञानप्रयत्नाने मोठं करावं लागेल. नाही का? हा अभ्यास करतांना पदोपदी आपल्याला असे चमत्कार आढळतील. तेव्हा त्याला सढळपणाने दाद पण दिली पाहिजे. "तुझे आहे तुज पाशी" मधल्यासारखा आपला - कर्मठ (वेस्टर्नाइज्ड) आचार्य होऊन देता कामा नये. आपण सहज एखादी गझल ऐकून दाद देतोच ना. तसाच मुक्तपणे सगळ्या गोष्टींचा अभ्यास करायला हवा. तुजपाशीतलाच काकाजी म्हणतो तसं सगळं चांगलं आहे. पण त्याचा मजा घ्यायला शिका. नाहीतर ह्या गोष्टी लुप्त होतील आणि एक दिवस एखादा गालिब आपल्यालाच हे सगळं शिकवेल - आणि म्हणेल

“*लुत्फ़-ए-मय तुझ से क्या कहूँ ज़ाहिद |*
हाए कम-बख़्त तू ने पी ही नहीं || ”

विश्वकल्याण प्रार्थना,
केदार दातार
(शिवजयंती - १९-०२-२०२२)

6

विजापूरचा सरदार निघाला आहे

सध्या युद्धाचे ढग जगभर जमा झालेत. अशा वेळी वीर कथा आपल्याला आठवतात. अनेक जवानयोद्धे आपल्या जिवाची पर्वा न करता मातृभूमीच्या रक्षणासाठी युद्धाला सामोरे जातात. प्राण पणाला लावतात. सामान्य नागरिकांना सुद्धा खूप संयमाने वागावं लागतं. युद्धं फक्त रणभूमीवरच होत नसतं. अनेक पातळ्यांवर युद्धं जिंकण्यासाठी तयारी आणि प्रयत्न करावे लागतात. ह्यात गोपनीयता राखून माहितीची देवाणघेवाण करणं खूप महत्वाचं असतं. गुप्तपणे माहिती आपल्या सैन्याला पाठवणं जितकं महत्वाचं, तितकंच शत्रूची गुप्तं माहिती मिळवणं हे सुद्धा महत्वाचं असतं. गुप्त संदेश तयार करणं ही एक कला आहे. आपल्यालाकडे ज्या ६४ कला सांगितल्या आहेत त्यात दुर्वाचकयोग ह्यानावाने ती ओळखली जाते. तिर्हाईताला आपलं संभाषण कळू नये म्हणून अनेक युक्त्या आणि शास्त्र वापरून गुप्त भाषा तयार केल्या जातात. ह्याला **एन्क्रिप्शन** म्हणतात. ह्यात मुख्य २ भाग असतात. आपला संदेश कुठल्यातरी गोष्टीत दडवून पाठवणे (**स्टेगेनोग्राफी**) आणि शब्दांची किंवा अक्षरांची झोंबाझोंबी (उलटसुलट) करून संदेश तयार करणे (**क्रिप्टोग्राफी**). ह्या क्रिप्टोग्राफीत परत दोन उपप्रकार आहेत - **सब्स्टीट्युशन** (एका शब्दाच्या जागी दुसरा शब्द किंवा अक्षर वापरणे) आणि **ट्रान्स्पोझीशन** (शब्दांची किंवा अक्षरांची अदलाबदल करणे). ह्याला सायफरिंग आणि डिसायफरिंग असं पण म्हणतात. अगदी सुरुवातीला सीझर सायफर नावाची पद्धत वापरली जात असे. म्हणजे ए च्या ऐवजी बी वापरायचा. ह्यात सायफरची संख्या असते १. **सायफर** हा शब्द - अरेबिक **सिफ्र** ह्या शब्दापासून तयार झाला आहे. अरेबिक मध्ये **सिफ्र म्हणजे शून्य.** जेव्हा सायफर शून्य असतो तेव्हा अक्षरं जशीच्या तशी राहतात. सायफरची संख्या शून्या पेक्षा जास्त ठेवली की गुप्त संदेश तयार होतो. अशा पद्धतीने तयार केलेला संदेश आपल्याला समजण्याकरता - तो डिसायफर करावा लागतो. तेव्हा सायफर ची संख्या काय आहे हे माहिती असणं गरजेचं असतं. हा सायफर आधी आपापसात ठरवावा लागतो. सायफर जर शत्रूच्या हातात पडला तर

गोपनीयता नष्ट होते. आपण उघडे पडतो. शत्रूने वापरलेला हा सायफर ओळखायला फ्रीक्वेंसी एनालिसिस नावाची एक पद्धत वापरतात. एकाद्या भाषेत प्रत्येक अक्षर कितीवेळा वापरलं जातं ह्याची एक ठरलेली फ्रीक्वेंसी असते. इंग्रजीत e हे अक्षर सगळ्यात जास्त वापरलं जातं. शेरलॉक होम्स ची 'ऍडव्हेंचर ऑफ डान्सिंग मेन' ही कादंबरी जर वाचली तर त्यात तो ही पद्धत वापरून एक गुप्त संदेश डिसायफर करतो. अल-किंडी नावाच्या एका अरेबिक पंडिताने ह्या टेकनिकचा अभ्यास केला आणि एका ग्रंथात ह्या पद्धती नीट मांडल्या. पुढे फ्रेंच लोकांकडून इंग्रजांकडे आणि मग सगळ्या जगाला हे ज्ञान मिळालं.

हा सायफर तयार करण्याची पद्धत जितकी क्लिष्ट किंवा जटिल, तितका तो शत्रूला फोडायला कठीण. ब्लैसे-दे-विग्नेर नावाच्या फ्रेंच माणसाने अशीच एक पद्धत तयार केली. त्याने एक तक्ता तयार केला. ह्या तक्त्याचा वापर करून एका साध्या (मोनोअल्फाबेटिक) सायफरचं एका कॉम्प्लेक्स सायफर मध्ये रूपांतर करता येऊ लागलं. अशा सायफरला पॉलीअल्फाबेटिक सायफर म्हणतात. त्यात अनेक अक्षरं वापरून गुप्त संदेश तयार करता येतो म्हणून. म्हणजेच आता फ्रीक्वेंसी एनालिसिस वापरून डिसायफरिंग करणं अवघड होऊन बसतं. चार्ल्स बेबेज ने हा विग्नेर सायफर ओळखण्याची एक पद्धत (अल्गोरिदम) तयार केली होती. पण ही गोष्ट जगाला तो सांगू (पब्लिश करू) शकला नाही. १८६३ मध्ये कैसिकी नावाच्या एका पर्शियन आर्मी ऑफिसरने एक पुस्तक लिहिलं. त्यात त्याने विग्नेर सायफर ओळखण्याची पद्धत मांडली.

पुढे टेलिग्राफ आणि रेडिओचा शोध पण लागला आणि संदेश पटकन पाठवता येऊ लागला. योग्य वेळी आणि योग्य माणसाच्या हातात तो संदेश जाणं हे ही तितकंच महत्वाचं असतं. गुप्त संदेश पाठवणच्याचं माध्यम बदललं तरी तो तयार करण्याची पद्धत कमी अधिक फरकाने तीच होती. आता सायफरिंग आणि डिसायफरिंग पटकन करण्यासाठी मशीनचा वापर करता येईल का ह्याचा शोध लोक घेऊ लागले. आर्थर शरबीएस आणि रिचर्ड रिटर ह्या जर्मन शास्त्रज्ञांनी ह्यासाठी एक मशीन तयार केलं. हा एक प्रकारचा टाईपरायटर होता. पण ह्यात वायर जोडून एक कॉम्बिनेशन तयार करता येत होतं. पूर्वी जुन्या टेलेफोन एक्सचेन्ज मध्ये प्लगबोर्ड असंत. तसेच ह्या वायरी जोडाव्या लागायच्या. हे कॉम्बिनेशन वापरून टाईप केलं की गुप्त संदेश तयार झाला. हा संदेश मिळाला की तेच कॉम्बिनेशन वापरून तो गुप्त संदेश परत टाईप केला की ओरिजिनल संदेश आपल्याला कळतो. हे मशीन ते सगळ्या जगाला विकत होते. त्याच वेळेस दुसऱ्या महायुद्धाची सुरुवात होत होती. जर्मन सैन्याला ह्या मशीन एक्दम परफेक्ट होत्या. म्हणून युद्धामध्ये त्या वापरायला त्यांनी सुरुवात केली. आता ब्रिटन आणि मित्र राष्ट्रांची गोची झाली. कारण त्यांना हे संदेश समजणं महाकठीण होऊन बसलं. ह्या मशीनचं नाव होतं एनिग्मा मशीन. मधल्या काळात पोलंड मधल्या गणितज्ञांनी एनिग्मा कोड फोडण्यासाठी प्रयत्न केले. ह्यात एक सिद्ध झालं, की मशीननी तयार केलेला कोड हा मशीन वापरूनच फोडता येऊ शकतो.

ह्याचं मुख्य कारण म्हणजे हे कॉम्बिनेशन, जर्मन सैनिक ते रोज बदलत असत. असा गुप्त संदेश जरी मित्र राष्ट्रांच्या हाताला लागला तरी तो फोडण्यासाठी त्यांच्या कडे फक्त २४ तास असायचे. कारण दुसऱ्यादिवसाचा कोड वेगळा. ही मशीन इतकी प्रगत होती की एक कोड वापरून तयार केलेलं अक्षर परत रिपीट होत नसे. म्हणजे फ्रीक्वेंसी एनालिसिस वापरणंही अशक्य होतं. पोलंड च्या रेजेवस्की नावाच्या गणितज्ञाने हे कोड शोधण्यासाठी एक मशीन तयार केलं. त्यांच्या हाताला एक एनिग्मा मशीन लागलं होतं. उद्देश हा होता की तो कॉम्बिनेशन कोड मिळाला की आपल्याला एनिग्मा मशीन वापरून त्या दिवसाचा संदेश डिसायफर करता येईल. पण ह्यावर पुढे काम करणं त्यांना शक्य झालं नाही. असंच एक मशीन ब्रिटिश गुप्तहेरांच्या हाताला लागलं. पण त्याचं काय करायचं हे त्यांना समजत नव्हतं. इथेच एलन टुरिंग चा प्रवेश झाला. टुरिंग हा केम्ब्रिज युनिव्हर्सिटी मधला एक निष्णात गणितज्ञ होता. त्याचा ठाम विश्वास होता की एनिग्मा कोड फोडण्यासाठी एका मशीनचाच वापर करणं योग्य आहे. त्याने असं एक मशीन बनवलं. ह्या मशीनचा उद्देश हा होता की ब्रिटिशांच्या लायब्ररीत असलेले अनेक जर्मन संदेश गोळा करून एनिग्मा कोड चे कॉम्बिनेशन शोधणे. अनेक महिने प्रयत्न करूनसुद्धा त्यांना यश येत नव्हतं. कारण हे सगळे संदेश रोज बदलणाऱ्या कॉम्बिनेशन कोडने तयार केले जात असत. त्यांना एक असा संदेश हवा होता जो मुळात सारखाच असेल पण वेगवेगळे कॉम्बिनेशन कोड वापरून तयार केलेला असेल. म्हणजे त्या दोन संदेशांच्यामध्ये असलेला फरक शोधून त्या दिवशीचे कॉम्बिनेशन कोड शोधण्यात मदत होईल. एके दिवशी सहज बोलत असतांना ह्या टीमच्या लक्षात आलं की जर्मन सैनिक रोज सकाळी बरोबर ६:३० वाजता एक हवामान अंदाज असलेला गुप्त संदेश पाठवतात. ह्या वेदर रिपोर्ट मध्ये पहिला शब्द कायम असतो तो म्हणजे वेदर. असा धागा मिळाला कि त्याला **क्रिब** असे म्हणतात. हा धागा पकडून त्यांनी रोजचे मेसेज डिसायफर करायला सुरुवात केली. जर्मन सैन्याच्या पुढच्या हालचाली काय असणार हे ब्रिटिश अधिकाऱ्यांना समजू लागलं. तरीही ब्रिटिश अधिकाऱ्यांनी एक काळजी घेतली. आपण हस्तगत केलेल्या प्रत्येक माहिती वर अंमल करायचा नाही. कारण असं जर केलं तर जर्मन अधिकारी परत एनिग्मा मशीन मध्ये बदल करतील आणि आपल्या हाताला लागत असलेली माहिती योग्य वेळी वापरता येणार नाही. ह्या युद्धात एक वेळ अशी होती की आता ब्रिटिश आणि मित्र राष्ट्र हरतील. पण ब्रिटिश सैन्याला ह्या मशीनचा वापर करून शेवटी जर्मन सैन्याचा पराभव करता आला. पुढे युद्ध जिंकल्यावर ब्रिटिश सरकारला हजारो एनिग्मा मशीन मिळाली. ती त्यांनी त्यांच्या अधिपत्यातील नव्याने स्वतंत्र झालेल्या राष्ट्रांना विकली. ह्यात ब्रिटिशांचा काय धूर्त हेतू होता हे वेगळं सांगायला नको. तब्बल ३० वर्ष हे गुपित फक्तं ब्रिटिश सैनिकी अधिकाऱ्यांनाच माहित होतं. ३० वर्षांनी कॅप्टन विंटरबॉटम नावाच्या एका अधिकाऱ्याने '**दि अल्ट्रा सीक्रेट**' नावाचं एक पुस्तक लिहिलं. ह्या पुस्तकात ही सगळी हकीगत जगाच्या समोर आली. टुरिंग आता त्याच्या घरात एका सामान्य नागरिकासारखा राहत होता. पण तो आता थकला होता. मधल्या

काळात त्याच्यावर होमोसेक्शुअल असल्याचा खटला झाला. त्याची शिक्षा म्हणून त्याला हॉर्मोन ट्रेंटमेन्ट दिली गेली. त्याने तो अगदी खचला होता. ह्याच मानसिक अवस्थेत ७ जून १९५४ ला त्याने सायनाईड मध्ये एक सफरचंद बुडवून त्याचा चावा घेतला आणि देह सोडला. जगाला चालता बोलता संगणक देणाऱ्या एका महान शास्त्रज्ञाची ही शोकांतिका होती. बऱ्याच लोकांचा असा गैरसमज आहे कि ऍपल चा लोगो हा टुरिंगने चावलेल्या सफरचंदाची आठवण म्हणून तयार केलेला आहे. पण तसं नाहिये.

पुढे संगणक युग खऱ्या अर्थाने लोकांपर्यंत पोचलं. दोन मोठ्या कंपन्यांमध्ये होणाऱ्या संभाषणासाठी एन्क्रिप्शनचा वापर होऊ लागला. संगणकाचा वापर करून खूप जटिल कोड तयार करता येत होते. पण ह्यात एक गोम अशी होती की तोच कोड दोन्ही संगणकांकडे असणं गरजेचं होतं. हा कोड जर कोण्या मध्यस्थाच्या हाताला लागला तर मग संभाषण गुप्त राहत नव्हतं. एखादं कुलूप उघडायला जशी एकच किल्ली असते. दुसऱ्या माणसाला तेच कुलूप उघडायचं असेल तर आपण त्याची एक डुप्लिकेट किल्ली करतो ना तसंच. ही किल्ली जर कोण्या चोरट्याच्या हाताला लागली तर अनर्थ उद्भवतो. कुलूपच बदलावं लागतं. आणि परत दोन किल्ल्या करायला लागतात. ह्यातून संगणक शास्त्रज्ञांची सुटका होत नव्हती. हाच प्रॉब्लेम सोडवायला व्हाईटफिल्ड डिफि, मार्टिन हेलमन आणि राल्फ मर्केल एकत्र आले. १९७५ मध्ये डिफिला एक आयडिया सुचली. आपण जर कुलूप बंद करायला एक किल्ली वापरली आणि ते उघडायला दुसरी वापरली तर ह्यातून सुटका होऊ शकते, असं त्याच्या लक्षात आलं. ह्या तिघांनी मिळून एक रिसर्च पेपर लिहिला. ह्यात जी संकल्पना त्यांनी मांडली, त्यात दोन किल्ल्या होत्या. एक कुलूप बंद करायला (**पब्लिक की**) आणि दुसरी उघडायला (**प्रायव्हेट की**). ही पब्लिक की सगळ्यांना माहित असण्यात काहीच धोका नव्हता. ही पब्लिक की ज्याची आहे त्या माणसाला आपण गुप्त संदेश कसा पाठवणार? तर त्याचीच पब्लिक की वापरून तो गुप्त संदेश आपण तयार करायचा. म्हणजे त्या माणसाला तो गुप्त संदेश मिळाला म्हणजे मग त्याची प्रायव्हेट की वापरून तो त्याला वाचता येईल. कल्पना चांगली होती. पण ती पेपर वरच राहिली. पुढे १९७७ मध्ये रिवेस्ट, शमीर आणि एडेलमन ह्यांनी ती सत्यात उतरवली. त्यांनी जे अल्गोरिदम तयार केलं ते ह्याच पब्लिक-प्रायव्हेट की वापरून. त्यालाच आज आपण आर. एस. ए (आरएसए) अल्गोरिदम म्हणून ओळखतो. मधल्या काळात १९७५ मध्ये जेम्स एलिस, कॉक्स आणि विलिअमसन ह्यांनी पण असेच अल्गोरिदम तयार केलं होते. पण त्यांनीही ते गुलदस्त्यातच ठेवलं. आरएसए अल्गोरिदम आज आपण क्षणोक्षणी वापरतो. अगदी साधं आपण जे ऑनलाईन बिल भरतो त्यात सुद्धा हे वापरलं जातं. पर्वा व्हाट्सएप ने जाहीर केलं की आता तुमचे संदेश सेक्युअर (सुरक्षित) आहेत. त्यात सुद्धा हे असंच अल्गोरिदम वापरतात. ते अनब्रेकेबल आहे अशी सगळ्या जगाची धारणा आहे म्हणून. हा पाया वापरून आता क्रिप्टो करन्सी पण आपल्या पर्यंत पोचलीये. अजून ह्यात बरीच प्रगती होत राहील. सोयी वाढतील. त्यात सुद्धा चोर वाटा काढल्या जातील. पण आपल्याला संयमाने ह्या

सोयी वापरायला लागतील. गुप्तता राखावी लागेल. मुंबईत झालेला दहशतवादी हल्ला प्रसार माध्यमांनी जसा प्रदर्शित केला आणि त्याचा फायदा अतिरेक्यांनाच झाला असे म्हटले जाते तसे नको व्हायला.

अफजलखान जेव्हा विजापूरहून निघाला तेव्हा समर्थांनी असंच एक पत्र गुप्तपणे महाराजांना पाठवलं होतं. त्यात ४ ओळींचे ४ श्लोक होते. ह्या १६ ओळीतलं पहिलं अक्षर वापरून जर एक वाक्य तयार केलं तर तो गुप्त संदेश कळू शकत होता. तो संदेश असा होता - '**विजापूरचा सरदार निघाला आहे**'. आणि ते पत्र होतं.

"विवेक करावे कार्यसाधन |
जाणार नरतनु हे जाणोन |
पुढील भविष्यार्थी मन |
राहाटोचि नये ||
चालू नये असन्मार्गी |
सत्यता बाणल्या अंगी |
रघुवीर कृपा ते प्रसंगी |
दास महात्म्य वाढवी ||
रजनी नाथ आणि दिनकर |
नित्य करीती संचार |
घालताती येरझार |
लाविले भ्रमण जगदीशे ||
आदिमाया मूळ भवानी |
हे सकळ ब्रम्हांडाची स्वामिनी |
येकांती विवेक करोनी |
इष्ट योजना करावी ||"

हल्ली काही लोक असं म्हणतात की हे पत्र खरं नाही. तरीही ह्यात जो संदेश दडलेला आहे तो तरी ह्या प्रसंगाला चपखल बसतोच ना. आणि ह्यात जे सांगितलं आहे त्यात सुद्धा काही वावगं नाहीये. त्याला तरी आपण दाद दिली पाहिजे. युद्धाच्या कठीण प्रसंगी आपण सगळ्यांनीच एकत्र राहून राष्ट्रहित जपलं तरच आपला टिकाव राहील. मानवतेचा एकच धागा आपल्याला एकत्र ठेवायला पुरेसा असतो. शत्रूला आपल्यात फूट पाडून, आपल्यालाच गाफिल ठेवून, आपलाच पराभव करायला किती सोपं आहे. नाही का? हे जरी लक्षात राहिलं तरी पुष्कळ झालं. शेवटी महाराजांच्या पत्रातच ते म्हणायचे ना बहुत काय लिहिणे. मर्यादेयं विराजते.

विश्वकल्याण प्रार्थना,
केदार दातार

(०५-०३-२०२२)

7

पैसा झाला खोटा - अरे खरंच की!

आपण, लहानपणी चोकलेटच्या चांद्या जमा करायचो. मित्रां बरोबर त्या एक्सचेंज करायचो. मुलांमध्ये कोल्ड ड्रिंकच्या बिल्ल्यांचे व्यवहार चालायचे. नंतरची पिढी मारवलचे हिरो असलेली कार्ड जमा करून आपापसात अदलाबदल करू लागली. आपल्याला झालेली (पैश्याच्या) व्यवहाराची ही पहिली ओळख. पुढे मोठे झालो, शिकलो, काम धंद्याला लागलो. पैश्याचे, बँकेचे व्यवहार करू लागलो. मग क्रेडिट कार्ड आली. घरासाठी बँकेची लोन आली आणि त्याबरोबर त्यांचे हप्ते भरणं पण आलं. थोडक्यात जगात जगायला पैसा महत्वाचा आहे हे पदोपदी आपल्या मनावर बिंबवलं गेलं. हा पैसा कसा आणि कुठून निर्माण होतो ह्याकडे आपण खरंच लक्षं दिलं का? खरं तर, हे जाणून घेण्याची गरजच काय आहे? आपल्याला काय फरक पडतो? असाच दृष्टिकोन बऱ्याच जणांचा असतो. पण एक्दम डीमोनेटायझेशन सारखी घटना घडते किंवा एखादी डिजिटल करन्सी चलनात येते, आणि मग चर्चा सुरु होते. हल्ली बरेच जण क्रिप्टो करन्सी चांगली, असंही म्हणतायत. ही क्रिप्टो काय भानगड आहे, हे समजून घेण्यासाठीची ही उठाठेव.

पैशाची ८ वैशिष्ट्ये आहेत. ती कोणती? तर - सार्वत्रिक स्वीकार्यता, सुवाह्यता, टिकाऊपणा, एकजिनसीपणा, विभाज्यता, ओळखण्यायोग्य असणे, लवचिकता, मूल्याची स्थिरता ही ती मुख्य वैशिष्ट्ये. पूर्वी सोनं, चांदी आणि इतर धातू वापरून व्यवहार होत असत. धातूची नाणी सहज कुठेही घेऊन जाणं थोडं अवघड होत असे. मग त्यावर तोडगा म्हणून चलनी नोटा आल्या. ह्या नोटा ज्या देशाच्या असतात, त्या देशाची मुख्य बँक त्या छापते. ह्या संस्थेला फेडरल रिझर्व्ह असं म्हणतात. ह्या नोटांवर त्या संस्थेच्या गव्हर्नरची सही असते आणि त्या नोटेच्या मूल्याचा वायदा पण असतो. पूर्वी, म्हणजे १९७१ च्या आधी किती नोटा छापायच्या ह्याचे कायदे होते. जितकं सोनं तुमच्या देशाकडे आहे, तितक्याच नोटा तुम्हाला छापता येतील हे बंधन होतं. पण १९७१ साली अमेरिकेच्या निक्सन यांनी एक नवा कायदा आणला. नोटा छापायला कोणतेही बंधन असू नये हा त्यामागचा उद्देश होता.

हे का केलं गेलं? तर अमेरिकेत वाढत असलेली महागाई रोखण्यासाठी आणि इतर देशांना सोन्याच्या मोबदल्यात डॉलर जमा करता येऊ नयेत - म्हणून. ह्याचा परिणाम असा झाला की फेडरल रिझर्व संस्थेला कधीही, कितीही आणि कुठलेही कारण नं देता, नोटा छापता येऊ लागल्या. म्हणजेच नोटांचा तुटवडा जर जाणवला तर ही संस्था नवीन नोटा छापू शकत होती. आता नोटांचा तुटवडा कोणाला जाणवणार? तर सरकारला. कारण जर लोकांनी टॅक्स (सारा) भरला नाही आणि भ्रष्टाचार करून पैशाला भिंतीत कोंडून ठेवलं, तर सरकारी कर्मचाऱ्यांचे पगार, नवीन रस्ते बांधण्यासाठी, संरक्षणासाठी लागणारा खर्च करायला पैसे कुठून आणणार? मग काय होतं, तर सरकार ह्या फेडरल संस्थेला एक बॉण्ड लिहून देतं - की आम्हाला इतक्या रकमेच्या नोटा छापून द्या - कर्ज म्हणून. नव्या नोटा छापल्या जातात. व्यवहारात ह्या नवीन नोटांचा भरणा होतो. सोने किंवा चांदी काहीही तारण नं ठेवता, सहज, गरज लागली म्हणून, सरकारने छापलेल्या नोटांना **फियाट करन्सी** असं म्हणतात. फियाट हा लॅटिन शब्द आहे. ह्याचा इंग्लिश मध्ये अर्थ आहे "**लेट इट बी डन**". म्हणजेच - "**होऊन जाऊ दे**". ह्या "होऊन जाऊ दे" धोरणामुळे काय होतं, तर पैश्याची किंमत कमी होते. कारण आता नवीन नोटा मुबलक प्रमाणात सहज उपलब्ध झालेल्या असतात. म्हणजेच सप्लाय वाढतो म्हणून त्या नोटांचं मूल्य कमी होतं. त्या चलनी होतात. म्हणजेच आधी जातात बँकांकडे. मग बँका तुम्हा-आम्हाला, कर्ज विकतात. त्यावर व्याज मिळवतात. ती कर्ज समाजातले काही महाभाग बुडवतात. मग परत काही वर्षांनी सरकारला नवीन नोटा छापण्याची गरज पडते. हे चक्र चालूच राहातं. ह्यातून कोणाचीच सुटका होत नाही. कारण सरकारचं आणि लोकांचं दोघांचं कर्ज वाढतच जातं. ह्यालाच इकॉनॉमी ऑफ डेट असं म्हटलं जातं. ह्यात अजून एक मेख आहे. बँकांना त्यांच्याकडे असलेल्या जमा रकमेपेक्षा कितीतरी पटींनी कर्ज देण्याची मुभा असते. म्हणजे क्ष ने जर १० रुपये बँकेत जमा केले, तर बँक त्या जमा रकमेच्या १०० पटींनी अ, ब, क आणि ड अश्या अनेक जणांना कर्ज देऊ शकते. ह्यामुळे काय होतं तर बँक नवीन नोटा नं छापता नुसता जमा खर्च दाखवून त्यांच्या खातेवहीत नसलेली रक्कम वाढवते आणि कर्ज देते. ह्याला **फ्रॅक्शनल बँकिंग** असं म्हणतात. नोटा नं छापता एक प्रकारचा चलनी फुगवटा निर्माण करण्यात बँकांचा पण हातभार लागतो. थोडक्यात कुठलेही तारण नसतांना पैसे मुबलक उपलब्ध झाल्यामुळे पैश्याची किंमत परत कमी होते. ह्या मुळेच आपले आजोबां आपल्याला असे म्हणतात ना - की - अरे, आमच्या वेळेस १० पैश्याला एक अक्खी थाळी मिळायची आणि आजच्या काळात - १०० रुपये पण कमी पडतात हो - किती ही महागाई? ही महागाई सतत वाढतच राहते. मग एक्दम बातमी येते की मार्केट क्रॅश झालं. रिसेशन आलं. हे रिसेशन येतं ह्याच मुख्य कारण असतं ते बहुसंख्य लोकांनी एकाच वेळी अनेक बँकांची घेतलेली कर्ज बुडवलेली असतात. आता बँका सरकारकडे पैशांची याचना करतात. की आम्हाला अजून नवीन नोटा द्या. ह्यालाच बेलआउट असं गोंडस नाव दिलेलं आहे. म्हणजे परत हे दुष्ट चक्र सुरूच राहातं. २००८-२००९ च्या दरम्यान फेडरल संस्थांना असंच एक महा बेलआउट करायला लागलं. कारण होतं -

बँकांनी लोकांना घरं घ्यायला म्हणून पाण्यासारखी कर्ज वाटली. लोकांनी पण विचार नं करता एका वर दुसरं अशी कर्ज घेतली. एकदिवस प्रॉपर्टी मार्केट क्रॅश झालं आणि कर्ज बुडली. बँकांनी नेहेमी प्रमाणे, आम्ही ह्यात निर्दोष आहोत असा आव आणत सरकारकडे नवीन नोटांची मागणी केली आणि सरकारने उदार होऊन ती मान्य केली.

ह्यातून सुटका करून घेण्यासाठी म्हणून ३१ ऑक्टोबर २००८ मध्ये **साटोशी नाकामोटो** नावाच्या एका माणसाने एक रिसर्च पेपर लिहीला - "**बिटकॉइन ए पिअर टु पिअर इलेक्ट्रॉनिक कॅश सिस्टिम**" ह्या नावाचा. जानेवारी २००९ मध्ये बिटकॉइन चा पहिला प्रोग्रॅम रिलीज झाला. १२ जानेवारी २००९ ला हेल फिने ह्या माणसाला १० बिटकॉइन साटोशी ने पाठवल्या आणि बिटकॉइन ह्या क्रिप्टो चलनाचा मुहूर्त झाला. आता बिटकॉइन काय आहे हे समजून घेऊया. बिटकॉइन हे एक मोठे लेजर आहे. बँकांमध्ये लेजरबुक नावाची एक सिस्टिम असते. कोणी कोणाला किती पैसे दिले किंवा देणं आहे ह्याची नोंद ह्या लेजर मध्ये ठेवली जाते. हे लेजर प्रत्येक बँकेमध्ये असतं. असे लेजर जर कॉम्प्युटर वर तयार केले आणि त्याच्या कॉपी अनेक कॉम्प्युटर वर ठेवल्या तर आपल्याला बँकेची किंवा एका सेंट्रल एजन्सीची गरजच लागणार नाही. हा विचार बिटकॉइनच्या मागे आहे. आपले स्वतःचे लेजर आपल्याला मेंटेन करता आले की बँक कशाला हवी. जगात कुठल्याही दोन व्यक्तींमध्ये ह्या ओपन लेजर मुळे व्यवहार होऊ शकतो. फक्त ह्या दोन व्यक्तींना ह्या लेजर ची एक कॉपी त्यांच्याकडे ठेवावी लागेल. पण आता जर जगातल्या अनेक व्यक्तीं मध्ये व्यवहार होणार असतील तर ह्या सगळ्या लेजर एन्ट्री आणि त्यांच्या कॉपी प्रत्येकाच्या कॉम्प्युटर मध्ये ठेवाव्या लागणार. हीच गोष्ट बिटकॉइन चा प्रोग्रॅम करतो. आता तुम्ही म्हणाल की माझ्या लेजर मध्ये मी मुद्दाम एखादी चुकीची एन्ट्री केली तर कोण बघणार आहे. तर हे बिटकॉइन ह्या प्रोग्रॅमच्या प्रोटोकॉल मुळे (नियमांमुळे) शक्य होत नाही. कारण प्रत्येक लेजर एन्ट्री ही त्या दोन व्यक्तींच्या सीक्रेट की ने एनक्रिप्ट केलेली असते. दोघांची एक डिजिटल सिग्नेचर (सही) ह्या एन्ट्री मध्ये असते असे समजूया सोपं करायला. आपण बँकेचा चेक नाही का सही करून देत दुसऱ्याला. मग बँक आपली सही तपासते आणि त्या माणसाच्या खात्यात रक्कम जमा झाली अशी लेजर एन्ट्री बँक अधिकारी करतो. ह्यात बिटकॉइन मध्ये एक फरक एवढाच असतो की आता बँक अधिकारी ही एन्ट्री न करता एक कॉम्प्युटर प्रोग्रॅम ही लेजर एन्ट्री करतो आणि ते लेजर कॉपी करून सगळ्या लोकांना पाठवतो. आता सगळ्या जगाच्या लेजर एन्ट्री एका ठिकाणी कशा ठेवता येतील असा प्रश्न पडतो. म्हणून काही ठरलेल्या आकड्या एवढ्या लेजर एन्ट्री चा एक ब्लॉक तयार केला जातो. एक ब्लॉक म्हणजे एका बँकेच्या लेजर चे एक पान अशी कल्पना करा. ह्या ब्लॉक मध्ये काही लेजर एन्ट्री असतात हे समजले. असे अनेक ब्लॉक एकमेकाला जोडले जातात. म्हणजेच अनेक पानं जोडून एक ओपन लेजर बुक तयार केलं जातं. आधीचा ब्लॉक नवीन ब्लॉकला जोडला जातो तेव्हा त्याची एक चेन (साखळी) बनते. ह्यालाच **ब्लॉक चेन** असं म्हणतात. आता ह्या लेजर एन्ट्री जशा सीक्रेट की नी एनक्रिप्ट केल्या जातात तसेच हे

ब्लॉक पण एका विशिष्ट सीक्रेट की ने एनक्रिप्ट केलेले असतात. ह्याला हॅश असे म्हणतात. हे हॅश वापरून त्या ब्लॉक मध्ये असलेल्या लेजर एन्ट्री बिटकॉइन प्रोग्रॅमला टॅली करता (तपासता) येतात. हे तपासण्याचे काम अनेक वेळा होते. लेजर एन्ट्री करतांना, ब्लॉक तयार करतांना आणि तो ब्लॉक दुसऱ्याकडे पाठवला की तो चेन मध्ये जोडताना. आता ह्या ब्लॉकची चेन बनवायला आणि ते तपासायला अनेक कॉम्प्युटर लागतील. ते कॉम्प्युटर कोणीही उभे करू शकतो. अगदी तुम्ही-आम्ही सुद्धा. म्हणजेच तुमच्याकडे घरी असलेला कॉम्प्युटर तुम्ही सारखा वापरत नसाल तर तो कंप्युटर तुम्ही जर इंटरनेटला जोडला आणि त्यावर हा बिटकॉइन प्रोग्रॅम टाकला तर तुमचा कॉम्प्युटर पण हे ब्लॉक चेन तयार करू शकतो, ते तपासू शकतो आणि इतर अनेक कॉम्प्युटरना ते पाठवू शकतो. हे ब्लॉक चेन तयार करायला आपल्याला वीज, इंटरनेटचा खर्च येतो. हा खर्च भागवण्यासाठी म्हणून आपल्याला एक ठरलेली बिटकॉइन ची रक्कम कमिशन म्हणून मिळते. ह्यालाच **बिटकॉइन मायनिंग** असे म्हणतात. आता प्रश्न असा पडतो की ह्याचा फायदा काय. तर एक मुख्य फायदा असा आहे की आता तुम्हाला बँकेची गरज नाही. तुम्ही आम्ही आपापसातले व्यवहार ह्या बिटकॉइन च्या नेटवर्क मुळे सहज करू शकतो. आपल्या सगळ्यांच्या हातात आता एक ओपन लेजर असतं म्हणून. ह्यात अजून एक महत्वाची गोष्ट साटोशी ने अशी करून ठेवली आहे की मायनरला दिलं जाणारं कमिशन हे साधारण दर चार वर्षांनी अर्ध केलं जातं. म्हणजेच गणित मांडलं तर हे कमिशन कमी-कमी होत एक दिवस शून्य होईल आणि साधारण २१४० मध्ये जगात असलेल्या बिटकॉइनची संख्या असेल २१ मिलियन बिटकॉइन. ह्या लिमिट मुळे जगात चलनी बिटकॉइन ची संख्या तेवढीच राहील. सगळे व्यवहार हे बिटकॉइन मध्ये चालू राहतील. बिटकॉइनच्या संख्येचे लिमिट असल्यामुळे (सप्लाय बंद होत गेला की) बिटकॉइन चे मूल्य आपसूकच वाढेल हा साधा नियम ह्यात साटोशीने वापरलेला आहे. हे फेडरल आणि बँकेच्या बरोबर उलट आहे. कारण महागाई वाढली की बँका नवीन पैसे छापतील. चलनी नोटांचे मूल्य अजून कमी होत जाईल आणि तुलनेने बिटकॉइनची संख्या तेवढीच राहिल्यामुळे बोटकॉइनची किंमत वाढत जाईल. हे सिद्ध पण झाले आहे. २००९ साली शून्यापासून सुरु झालेल्या एका बिटकॉइन ची २०२२ फेब्रुवारी मधली किंमत आहे ३२ लाख रुपये. ह्या मुळे लोकांना हल्ली बिटकॉइन मध्ये पैसे घालावेसे वाटतात.

ह्यात एक गमतीची गोष्ट अशी आहे की साटोशी नाकामोटो हा अजून जगासमोर आलेलाच नाहीये. म्हणजेच ही एक व्यक्ती आहे का एक ग्रुप आहे हे कोणालाच माहित नाहीये. पण बिटकॉइनची एक खूप स्ट्रॉग कम्युनिटी आहे आणि ही लोकं बिटकॉइन चे प्रोग्रॅम मेंटेन करतायत. ही गोष्ट का सांगतोय कारण काही लोक बिटकॉइन ला बदनाम करण्यासाठी ही सबब पुढे करतात. ह्याचं एक काउंटर आर्ग्युमेण्ट असं पण केलं जातं. ते म्हणजे फेडरल रिजर्व ही संस्था (जी नोटा छापते ना सरकार साठी) स्वायत्त आहे (मी अमेरिकेतल्या फेडरल रिजर्व बद्दल सांगतोय हे लक्षात घ्या) आणि त्याचा खरा मालक

कोण हेही कोणालाच माहित नाहीये. असो.

आता ह्या बिटकॉइन मध्ये काही जोखमीच्या गोष्टी पण आहेत त्यापण समजून घेणं गरजेचं आहे. म्हणजे तुमच्या कडे असलेले ब्लॉक (लेजर) आणि त्यातल्या एन्ट्री जर तुम्ही ब्रॉडकास्ट केल्या नाहीत तर त्या बिटकॉइन मुख्य ब्लॉक चेन मध्ये येणार नाहीत. आणि तुम्हाला ते बिटकॉइन तुमचे म्हणून क्लेम करता येणार नाहीत. अशी एक गोष्ट २०१३ मध्ये एका माणसाबरोबर झाली. असं म्हणतात की त्याने त्याच्या घरातला कॉम्प्युटर बिटकॉइन नेटवर्कला जोडला. तो रात्रंदिवस चालू असायचा. त्याची बायको वैतागली. सारखा कॉम्प्युटरचा घरघर आवाज नकोसा झाला आणि तिने तो कॉम्प्युटर फेकून दिला. त्याच्या ऐवजी नवीन कॉम्प्युटर आणला. फेकून दिलेल्या कॉम्प्युटरच्या हार्ड डिस्क मध्ये जेवढे बिटकॉइन होते त्याची किंमत २०२१ मध्ये २८ मिलियन डॉलर एवढी होती. त्याने मग कचऱ्याच्या ढिगाऱ्यात ती हार्ड डिस्क शोधण्याचे खूप प्रयत्न केले. पण बहुतेक ते त्याच्या नशिबात नसावं. अजून एक गोष्ट २०१८ च्या एका बिटकॉइन कॉन्फरन्स मध्ये घडली. ह्या कॉन्फरन्सला लोकांची खूप गर्दी झाली. कॉन्फरन्सची फी बिटकॉइन मधेच घेतली जात होती. पण एवढी लोकं एकाच वेळी पैसे भरत असल्यामुळे बिटकॉइन नेटवर्क स्लो झालं आणि बिटकॉइन मध्ये पेमेंट घेणं बंद करावं लागलं. २०११ मध्ये सिल्क रोड नावाची एक वेबसाईट निघाली. ही वेबसाईट बिटकॉइन मध्येच पेमेंट घेत होती. पण ही वेबसाईट लगेचच बंद केली गेली कारण ह्या वेबसाईटवर लोक चरस, गांजा, बंदुका विकत होते. आता ही बंदच आहे हे लक्षात घ्या आणि शोधू नका. कारण ह्या वेबसाईटवर बॅन आहे. मधल्या काळात बिटकॉइन ला बदनाम करण्याचे खूप प्रयत्न केले गेले. बिटकॉइन सारख्या अनेक क्रिप्टो करन्सी पण निघाल्या. काहींनी त्यांचे स्वतःचे बिटकॉइन सारखे प्रोग्रॅम आणले. पण ही टेकनॉलॉजि ह्या सगळ्याला पुरून उरली आहे हे खरं. ह्यात इथेरियम नावाच्या एका क्रिप्टो बद्दल बोलणं गरजेचं आहे. विटालिक बुटेरिन नावाच्या एका मुलाने एक नवा प्रोग्रॅम तयार केला. ह्यात आता आपल्याला वेगवेगळे कॉन्ट्रॅक्ट ब्लॉक चेन मध्ये स्टोर करण्याची सोय त्याने केली. म्हणजेच आता आपले प्रॉपर्टी चे रेकॉर्ड, गाणी, फोटो हे पण ब्लॉक चेन मध्ये बांधून ते सेक्युअर करता येऊ शकतं. ह्यामुळे काय होईल की आज जे गाण्यांचं किंवा फोटोचं पायरॅशन होतं (चोरी) तसं करता येणार नाही. तुम्हाला जर ते गाणं ऐकायचं असेल तर ठरलेली रक्कम देऊनच ते गाणं ऐकता येईल. आज आपण जे फेसबुक, इंस्टग्राम, व्हाट्सएप वर फोटो किंवा पोस्ट टाकतो ते पण जर ब्लॉक चेन मध्ये जोडता आले तर तुम्हाला तुमच्या पोस्ट साठी कॉइन मिळू शकतील. आज ह्या सोशिअल कंपन्या तुमच्या लोकप्रिय झालेल्या पोस्ट्स आणि पेज वर जाहिराती टाकून पैसे कमावतायत पण तुम्हाला जे चिंचोके देतायत त्यात पण सुधारणा होऊ शकते. अशा वेळी लहानपणची पावसाची कविता आठवते.

“येरे येरे पावसा |
तुला देतो पैसा |
पैसा झाला खोटा |

पाऊस आला मोठा ||
येगं येगं सरी |
माझे मडके भरी |
सर आली धाऊन |
मडके गेले वाहून ||"

बिटकॉइन ही जरी खोटी (वर्चुअल) करन्सी असली तरी सरते शेवटी त्यावर असलेल्या संख्येच्या लिमिट मुळे पुढे मोठा पैश्याचा पाऊस पडेल या आशेवर बरेच जण आहेत. आणि बिटकॉइन ने ते गेल्या काही वर्षांत सिद्ध पण केलं आहे. पण फेडरल रिजर्व आणि बँकांच्या पैश्याच्या सरी वर सरी येऊन गेल्या आणि अनेक जणांची मडकी त्यात वाहून गेली तसं होऊ नये म्हणजे मिळवली. बिटकॉइन आणि ब्लॉक चेन मध्ये पुढे अजून खूप सुधारणा आणि गमती जमती होतील अशी आशा बाळगायची आणि आपला अभ्यास चालू ठेवायचा. शेवटी ज्ञान हे देण्याने वाढतच जातं ही त्यात आपली अशी जमेची बाजू.

विश्वकल्याण प्रार्थना,

केदार दातार

(१२-०३-२०२२)

8

तांत्रिक महाजालाची काळी बाजू: डीप डार्क वेब

पूर्वापार आपल्याकडे दोन प्रकारच्या प्रवृत्ती आढळतात सुष्ट (चांगले) आणि दुष्ट (वाईट). ह्या सुष्ट आणि दुष्ट प्रवृत्तींमध्ये सतत झगडा चालू असतो. कधी सुष्ट वरचढ होतात तर कधी दुष्ट. पण आतून आपल्याला असंच वाटत असतं की सुष्ट प्रवृत्तींचाच विजय व्हावा. एखादी गोष्ट चांगली का वाईट हे कसं ठरवलं जातं? तर त्यामागे असलेल्या हेतू वरून. हा हेतू सार्वत्रिक हिताचा असेल तर ते चांगलं असा साधारण नियम सगळीकडे बघायला मिळतो. आता याचा इंटरनेटशी (महाजाल) काय संबंध ह्या प्रश्नाचं उत्तर देणं महत्वाचं आहे. आपण जे इंटरनेट वापरतो त्यात तीन प्रकार आहेत. त्यातला पहिला म्हणजे **सरफेस वेब**, दुसरं **डीप वेब** आणि तिसरं डार्क वेब. ह्या डार्क वेब पासून चार हात लांब राहण्याचा सल्लाच बहुतेक जण देतात. हा प्रकार तरी काय आहे ह्यावर प्रकाश टाकण्याचा हा प्रयत्न

इंटरनेटचा शोध हा साधारण १९६७ ते १९७० ह्या दरम्यान लागला. जगातल्या पहिल्या नेटवर्कचं नाव होतं आर्पानेट (अमेरिकन रिसर्च प्रोजेक्ट्स एजन्सी नेटवर्क). हे नेटवर्क युनिव्हर्सिटी ऑफ कॅलिफोर्निया (यूसीएलए) आणि स्टॅनफर्ड रिसर्च इन्स्टिटयूट (एसआरआय) ह्या दोन संस्थांना जोडणारं होतं. ह्या नेटवर्कवर १९६९ साली ऑक्टोबरच्या २९ तारखेला बरोबर रात्री ११:३० वाजता एक अक्षर टाईपकरून पाठवलं गेलं ते अक्षर होतं 'एल'. हे अक्षर टाईप केल्यावर फोन वरून एसआरआय ला विचारलं गेलं की आम्ही इथे 'एल' टाईप केलाय. त्यांनी फोनवरच उत्तर दिलं आम्हाला एल दिसतोय. नंतर त्यांनी ओ आणि जि टाईप केला आणि ती सिस्टिम क्रॅश झाली. पण ही घटना इतकी महत्वाची होती की त्यामुळे जगाला जोडणारी एक मोठी यंत्रणाच पुढे अस्तित्वात आली. अख्या जगात हे नेटवर्क पसरलं आणि आज आपण त्याला वर्ल्ड वाईड वेब, इंटरनेट, (तर कधी नुसतंच) वेब अश्या अनेक नावांनी ओळखतो.

इंटरनेटचा वापर मुख्यतः माहितीची देवाण घेवाण करण्यासाठी केला जातो. ही माहिती एखाद्या वेबसाईट (संकेतस्थळ) वर उपलब्ध असते. आपण त्या वेबसाईट वर जातो आणि

ती माहिती बघतो. कुठल्या वेबसाईट वर काय माहिती आहे, हे शोधण्यासाठी सर्च इंजिनचा वापर करतात. अशी बरीच सर्च इंजिन आहेत. आजचे सगळ्यात लोकप्रिय सर्च इंजिन म्हणजे गूगल. हल्लीतर गूगल हेच इंटरनेट आहे असा गैरसमज बऱ्याच जणांचा आहे. हे सर्च इंजिन काय करतं? तर वेगवेगळ्या वेबसाईटवरची माहिती गोळा करतं, त्याची नोंद ठेवतं. ती माहिती कोणत्या विषयाची आहे, कोणते शब्द त्यात आहेत ह्याची नोंद घेतली जाते आणि आपल्यासारख्या कोणीतरी ते शब्द सर्च केले की ती वेबसाईट आपल्याला सर्च रिजल्ट मध्ये दाखवली जाते. मग आपण त्या वेबसाईट वर जातो आणि ती माहिती वाचतो. हे कसं होतं? तर आपण जेव्हा इंटरनेटला आपला कॉम्प्युटर जोडतो तेव्हा आपल्या कॉम्प्युटरला एक ॲड्रेस (पत्ता) कोड दिला जातो. ह्या ॲड्रेस वरून आपला कॉम्प्युटर ओळखला जाऊ शकतो. असाच ॲड्रेस त्या वेबसाईटला पण दिलेला असतो. आपण त्या वेबसाईटची लिंक क्लिक केली की कॉम्प्युटरला कळतं की त्या वेबसाईट ॲड्रेस वर जाऊन ती माहिती गोळा करायची आणि आपला ॲड्रेस असलेल्या कॉम्प्युटरवर पोचवायची - म्हणजे दाखवायची. सर्च इंजिनला वेबसाईटची माहिती कशी कळते? तर त्या वेबसाईट वर काय माहिती आहे हे सर्च इंजिनला कळावं म्हणून एक फाईल तयार करतात - की अमुक-अमुक पानावर अशी-अशी माहिती आहे. ही फाईल सर्च इंजिन चे प्रोग्रॅम वाचतात आणि त्याची नोंद ठेवतात.

सर्च इंजिनला माहित नसलेल्या वेबसाईट पण इंटरनेट वर असतात. सर्च इंजिनला माहिती देणारी फाईल जर तयारच केली नाही तर अशा वेबसाईट इंटरनेटला जोडलेल्या असतील पण त्यावरची माहिती सर्च रिजल्ट मध्ये दिसणार नाही. आपल्याला जर कोणी सांगितलं की अमुक-अमुक अशा वेबसाईटचा हा ॲड्रेस आहे तर आपण सरळ त्या वेबसाईट वर जाऊ शकू आणि ती माहिती बघू शकू. हे असं कोणी कशाला करेल असा एक प्रश्न आपल्यला पडू शकतो. त्याचं एकच उत्तर आहे. ते म्हणजे गोपनीयता. ह्या अशा प्रायव्हेट वेबसाईट जगाला कळू नयेत अशाच हेतूने तयार केलेल्या असतात. म्हणूनच त्या सर्च इंजिनला माहित नसतात. आता तुम्ही म्हणाल की आपले ई-मेल हे तरी कुठे सर्च इंजिनला माहिती असतात. आपण एकमेकांना जे मेसेज पाठवतो ते कुठे सर्च इंजिन रिजल्ट मध्ये दिसतात. तुमचं अगदी बरोबर आहे. सर्च इंजिनला हे माहिती नसतं कारण त्या वेबसाईट वरचे आपले मेसेज आपल्याला सुद्धा आपला यूजर आयडी आणि पासवर्ड टाकला कीच दिसतात. सर्च इंजिनला आपला आयडी आणि पासवर्ड माहिती नसतो. म्हणून ते मेसेज सर्च रिजल्ट मध्ये दिसत नाहीत. म्हणूनच असे मानलं जातं की इंटरनेट चे ३ प्रकार आहेत.

१. सरफेस वेब - सगळ्या जगाला आणि सर्च इंजिनला माहिती असलेल्या वेबसाईट आणि त्यावरची माहिती

२. डीप वेब - सर्च इंजिनला माहिती असलेल्या वेबसाईट पण यूजर आयडी आणि पासवर्ड ने प्रोटेक्ट (सुरक्षित) केलेली माहिती

३. डार्क वेब - सर्च इंजिनला तर नाहीच पण सर्वसामान्यांना ही माहिती नसलेल्या वेबसाईट आणि त्यावर असलेली माहिती

जशी-जशी गोपनीयता वाढत जाते तसे-तसे आपण सरफेस वेब वरून डीप वेब मध्ये आणि नंतर डार्क वेब मध्ये घुसत जातो. आकडेवारी मांडली तर असं दिसतं की सरफेस वेब हे जगात असलेल्या माहितीच्या फक्त ४-७ % एवढंच आहे. ह्या सरफेस वेबच्या खाली म्हणजे डीप-डार्क वेब मध्ये असलेली माहिती ९३-९६ % एवढी आहे. ह्याला एका हिमनगाची उपमा दिली जाते. म्हणजे हिमनगाचे टोक हे सरफेस वेब. त्या खालचा भाग म्हणजे डीप वेब आणि अगदी खोल तळातले ते डार्क वेब. आपण सहज इंटरनेटवर बातम्या बघायला म्हणून सरफेस वेबचा उपयोग करतो. तसंच डीप वेबचा उपयोग पण आपले ई-मेल आणि मेसेज बघतो तेव्हा करत असतोच. पण ह्या डार्क वेब च्या वाट्याला सहसा आपण जात नाही. ह्याचं मुख्य कारण ह्या अश्या वेबसाईटवर त्या तसल्या वाईट-वाईट गोष्टी असतात असं आपल्याला सांगितलं जातं म्हणून. पण तरी आपल्या सगळ्यांच्या मनात ह्या डार्क वेब बद्दल एक कुतूहल असतंच.

आता थोडं नीट लक्ष देऊन हे डार्क वेब कसं काम करतं हे समजून घेऊया. मुळात गोपनीयता राखणे ह्या तत्वावर ह्या डार्क वेब आणि वेबसाईट्स चे तंत्र तयार केलं गेलं आहे. पण गोपनीयता कशाची? तर ३ गोष्टींची - वेबसाईटच्या ॲड्रेसची, त्यावर असलेल्या माहितीची आणि त्या वेबसाईट कोण बघतोय त्या लोकांची. आता आधी सांगितल्या प्रमाणे जर आपल्या कॉम्प्युटर ॲड्रेस वरून डायरेक्ट एखाद्या वेबसाईटच्या ॲड्रेस वरची माहिती आणली तर आपल्याला ज्या कंपन्या इंटरनेट कनेक्शन देतात त्यांना आणि सरकारला - ही माहिती काय आहे, ती कोण कुठून आणि कुठल्या वेबसाईट वरून बघतोय हे सहज कळू शकतं. म्हणून एक नवी यंत्रणाच तयार केली गेली. एक वेगळं नेटवर्कच तयार केलं असं म्हणायला हरकत नाही. ह्या नेटवर्कला टॉर (द ओनियॉन राउटर) नेटवर्क असं म्हणतात.

टॉर नेटवर्क हे १९९० मध्ये अस्तित्वात आलं. हे नेटवर्क तयार करणाऱ्या संस्थेचं नाव आहे **युनाइटेड स्टेट्स नेव्हल रिसर्च लॅबोरेटरी** (एनआरएल). काय धक्का बसला ना? म्हणजे अमेरिकेतल्या संरक्षण संस्थेनेच हे असं नेटवर्क तयार केलं? हो बरोबर. आणि ते त्यांनी ओपन सोर्स सुद्धा केलं. म्हणजे जगातला कोणीही माणूस ज्याला ही माहिती आहे तो ह्या नेटवर्कला जोडला जाऊ शकतो. पण का? ह्याचं मुख्य कारण परत तेच आहे - गोपनीयता, गुप्तता. संरक्षण संस्था आणि हेरखातं ह्यांचं मुख्य काम हेच असतं की. असं काय करतां. हेर नेमलेलेच ह्यासाठी असतात की शत्रूच्या बद्दलची जास्तीत जास्त माहिती गुप्तपणे आपल्या संरक्षण संस्थांना कळावी म्हणून. ह्या नेटवर्क वर जे कॉम्प्युटर जोडलेले असतात ते कॉम्प्युटर आलेली माहिती दुसऱ्या कॉम्प्युटरला पाठवणे (राऊट करणे) ही साधी गोष्ट करत असतात. म्हणूनच त्यांना राउटर असं म्हणतात. ह्या वेबसाईट्स बघायला आपण नेहेमी वापरतो तो साधा ब्राउजर वापरता येत नाही. त्यासाठी **टॉर ब्राउजर** नावाचा एक वेगळा ब्राउजर वापरला जातो. हा टॉर ब्राउजर काय करतो

तर आपल्या कॉम्प्युटर वरून वेबसाईटच्या कॉम्प्युटर पर्यंत पोचण्यासाठी टॉर नेटवर्क वरच्याच वेगवेगळ्या कॉम्प्युटरच्या मार्गे आपली रिक्वेस्ट (संदेश) पाठवतो. म्हणजे आपण वेबसाईटचा ॲड्रेस टाईप केला की ती रिक्वेस्ट कशी आणि कुठल्या-कुठल्या कॉम्प्युटर वरून पाठवायची हे आधी ठरवलं जातं. पण पाठवायच्या आधी ती रिक्वेस्ट त्या राऊट वरच्या प्रत्येक कॉम्प्युटरच्या एका सीक्रेट की ने आणि ठरलेल्या क्रमाने एनक्रिप्ट केली जाते. म्हणजे अशी कल्पना करा की आपल्या कॉम्प्युटर वरून आपल्याला एक वेबसाईट वर जायचं आहे. आणि टॉरने ठरवलं की अ, ब आणि क ह्या राउटर वरून ती पाठवायची. तर तो मेसेज आधी क च्या सीक्रेट की ने एनक्रिप्ट केला जातो मग ब च्या आणि शेवटी अ च्या की ने एनक्रिप्ट करून पाठवला जातो. तो आधी जातो अ राउटर कडे. अ राउटर तो मेसेज घेतो आणि त्याच्या की ने डीक्रिप्ट करून पाठवतो ब कडे. मग ब त्याच्या की ने तो डीक्रिप्ट करतो आणि पाठवतो क कडे आणि शेवटी क तो डीक्रिप्ट करून त्या वेबसाईटच्या ॲड्रेस वर ती रिक्वेस्ट पाठवतो. ह्या वेगवेगळ्या कॉम्प्युटरवरून तो मेसेज फिरत-फिरत गेला की कोणालाच कळू शकत नाही की तो मुळात कुठून आलाय आणि कुठे जायचाय ते. परत तो एखाद्या राउटर वर कोणी बघितला (इंटरसेप्ट) केला तरी मूळ मेसेज कळत नाही. कारण तो एनक्रिप्ट केलेला असतो. हे असं वेगवेगळे ट्रॅक बदलल्यामुळे तो मेसेज एक्दम गुप्त राहातो. आता ह्यात अ ला म्हणतात एन्ट्री नोड आणि क ला म्हणतात एक्सिट नोड. कारण मुळात मेसेज अ कडे जातो एनक्रिप्ट होऊन आणि क मधून डीक्रिप्ट होऊन बाहेर पडतो. आता अ आणि क ह्या मध्ये अनेक कॉम्प्युटर असतील तर हे अजूनच कठीण होऊन बसेल नाही का. म्हणूनच ही सिस्टिम जगात अजून तरी सुरक्षित मनाली जाते आणि संरक्षण संस्था ही सिस्टिम रोज त्यांच्या कामासाठी वापरतात. ह्याला **ओनियॉन नेटवर्क** असं नाव का दिलं ह्याचं कारण पण आता सहज उमगेल. कांद्याच्या पाती जशा तयार होतात तसाच तो मेसेज एनक्रिप्ट होतो आणि एका कॉम्प्युटर वरून दुसऱ्या कडे पाठवतांना एक-एक पात वेगळी केली जाते - शेवट पर्यंत. म्हणजेच अ आणि क मधले अनेक कॉम्प्युटर हे एका बोगद्या प्रमाणे आहेत आणि एकदा त्या बोगद्यात आपला मेसेज पाठवला की तो वेगवेगळे ट्रॅक बदलत बोगद्यातून बाहेर निघतो तोच इष्ट स्थळी जायला. आता लक्षात आलं ह्याला डार्क वेब असं का म्हणतात ते. आता ह्या वेबसाईट जर गुप्त ठेवायच्या असतील तर त्या वेबसाईट चा ॲड्रेस पण कोणालाच माहित असायला नको. म्हणून काय करतात तर त्या वेबसाईट अनेक नोड ना जोडलेल्या असतात. ह्या नोड ना म्हणतात रोंदेवू पॉईंट. म्हणजेच ह्या वेबसाईट चे हे रोंदेवू पॉईंट हेच फक्त आपल्याला माहित असतात. ह्या रोंदेवू पॉईंट कडून मूळ वेबसाईट कडे मेसेज परत अनेक कॉम्प्युटर च्या जाळ्यातून पाठवला जातो. त्यामुळे ती वेबसाईट कुठे आहे हे कोणीच शोधू शकत नाही. असं हे सगळं फुल्ल प्रूफ गोपनीयता पाळून सगळं काम चालतं.

हे समजलं की अजून एक प्रश्न पडतो. की संरक्षण खात्याला हे नेटवर्क वापरायचं होतं तर त्यांनी ते उघड का केलं? तर ह्याचं कारण असं आहे की अश्या नेटवर्क मधून तुमच्या

आमच्या सारख्यांचे मेसेज पण फिरत राहिले आणि जरी कोणी ते इंटरसेप्ट केले तरी त्यांना हे समजायला नको की ह्यातला सामान्यांचा मेसेज कुठला आणि हेराने पाठवलेला गुप्त मेसेज कुठला. म्हणजे एक प्रकारचा कोलाहल तयार केला की गुप्तता अजून जास्ती टिकून राहील ह्यासाठी. पण हे तंत्रज्ञान जेव्हा उघड झालं तेव्हा वाईट प्रवृत्तीच्या लोकांनी ते लगेच त्यांच्या कामासाठी वापरायला सुरुवात केली. त्यांचा हेतू साध्य करायला त्यांच्या हातात एक प्रकारचं कोलीतच मिळालं. हे इतकं सॉलिड तंत्रज्ञान वाईट प्रवृत्तीचे लोक पण वापरतायत हे जेव्हा सरकारच्या लक्षात आलं तेव्हा बरंच पाणी पुला खालून वाहून गेलं होतं. पण जेव्हा-जेव्हा सरकारी यंत्रणांना ही काळीकृत्य करणाऱ्या वेबसाईटची माहिती मिळाली तेव्हा-तेव्हा त्यांनी त्या वेबसाईट बंद पाडल्या आणि त्या चालवणाऱ्या लोकांना गजा आड घातलं. २०११ साली स्थापन झालेली सिल्क रोड ही अशीच एक वेबसाईट होती. जिच्यावर २०१३ मध्ये बंदी आणली गेली. त्यात सामील असलेल्या लोकांना शिक्षा झाली. पण नंतर सिल्क रोड २.० नावाची वेबसाईट निघाली. म्हणजेच माणसं बदलली पण चुकीची कामं करतंच राहिली.

आता प्रश्न असा होता की अशा लोकांवर बारीक लक्ष ठेवून त्यांचा आधीच बंदोबस्त कसा करायचा. असे दुष्ट लोक शोधायचे कसे आणि कुठे. म्हणून मग ह्या संरक्षण संस्थांनी अजून एक युक्ती काढली. की सरफेस वेब आणि डीप वेब वर वावरणाऱ्या प्रत्येक माणसावर आणि हालचाली वर बारीक लक्ष ठेवायचं. म्हणून त्यांनी तुमचे-आमचे सगळे मेसेज (अगदी ई-मेल सुद्धा) इंटरसेप्ट करून ते तपासून प्रत्येकाची एक फाईल तयार करायला सुरुवात केली. ते सुद्धा गुप्त पणे. ही गोष्ट जगाला कळली सुद्धा नसती. पण संरक्षण खात्यात एका मोठ्या हुद्द्यावर असणारा एक जण फुटला. आणि त्याने २०१३ साली ही गोष्ट जगा समोर आणली. त्याचे नाव एडवर्ड स्नोडेन. ही बातमी बाहेर आल्यावर आंदोलनं झाली की सरकार ने हे प्रोजेक्ट लगेच बंद करावं. सामान्य लोकांची माहिती त्यांची परवानगी नं घेता तपासण्याचा आणि साठवण्याचा अधिकार सरकारला नाही.

ही आपल्याबद्दलची माहिती संरक्षण संस्थांना सहज मिळवता येते कारण ती फिरत असते सरफेस वेब आणि डीप वेब मध्ये. म्हणून त्यावर काही जाणकारांनी एक उपाय सुचवलाय की आता सामान्यांनी पण डार्क वेब चा वापर करायला सुरुवात करावी. म्हणजे सगळेच गोपनीय राहील. सरकारला आपली माहिती सहज मिळवता येणार नाही. ह्याचा प्रचार हल्ली जास्त वाढलाय. याचं अजून एक कारण आहे. ते म्हणजे सोशीअल वेबसाईट्स. गेल्या १०-१२ वर्षां पासून ह्या सोशीअल वेबसाईट्स नी सुद्धा तुमची-आमची माहिती खूप प्रमाणात गोळा करून साठवून ठेवली आहे. म्हणजेच आपण कुठे राहातो. कुठे काम करतो. आपले मित्र कोण. आपल्या आवडी निवडी काय. आपण कुठल्या हॉटेलात जेवतो. कुठले सिनेमे बघतो. हे सगळं ह्या सोशीअल वेबसाईट ना इथंभूत माहिती आहे. आता तर हेल्थ आणि वेल बीइंग ह्या नावाने निघालेले एप्लिकेशन तर आपली नाडी गती आणि झोपण्या उठण्याच्या वेळा पण ट्रॅक करतायत. ह्या व्हर्चुअल पोलीसगिरीवर बंदी यावी

म्हणून अनेक लोक आंदोलनं पण करतायत. तर काही लोक म्हणतायत की आमच्या कडे लपवण्या सारखं काहीच नाही - 'कर नाही त्याला डर कशाला'. ह्या अगदी टोकाच्या भूमिका झाल्या. सगळ्यांना टॉर एक्दम वापरायला जमणार नाहीये. आणि जे असं म्हणतायत की आम्हाला काय फरक पडतो, तेही चुकीचं आहे. कारण प्रायव्हसी ही प्रत्येक माणसाची गरज आहेच. तसं नसतं तर तुम्ही-आम्ही आपल्या घराला दारं का करून घेतली असती. आपली माहिती चोरट्याच्या हाताला लागली आणि त्याने त्याचा हेतू साधला तर कोणाकडे जाणार आपण. म्हणून मग त्यातल्यात्यात एक सुवर्ण मध्य गाठायचा. अगदी टॉर सारखे ब्राऊजर वापरले नाहीत तरी काही गोष्टी आपण नक्कीच करू शकतो. आपल्याला प्रत्येक गोष्ट ट्रॅक करणाऱ्या एप्लिकेशन्सची खरंच गरज आहे का हे तपासून मगच ते एप्लिकेशन वापरायचे. हे आपण नक्कीच ठरवू शकतो. आपण सहज बाहेर फिरायला गेलो (चार दिवस) तर लगेच तिथूनच सोशीअल वेबसाईट वर आपले फोटो टाकून सगळ्या जगाला (चौकात उभं राहिल्या सारखं) 'आम्ही घरात चार दिवस नाही हो' असं नं सांगता परत आलो की मग ते पोस्ट नक्कीच करू शकतो. आलेल्या सगळ्याच फ्रेंड रिक्वेस्ट नं एक्सेप्ट करता त्या तपासून मगच एक्सेप्ट करू शकतो. अशी प्रत्येकाची एक वेगवेगळाली यादी बनेल. कारण व्यक्ती तितक्या प्रकृती असतात म्हणून.

ह्या सगळ्यातून एक गोष्ट नक्कीच शिकता येते. ती म्हणजे तंत्रज्ञान किंवा ते वापरणारी माणसं ही चांगली की वाईट हे ठरतं त्याच्या हेतू वरूनच. डार्क वेब ला बदनाम करून वाळीत टाकलं तरी त्याचाच आश्रय घ्याची पाळी कधी येईल हे ही आपल्याला आज सांगता यायचं नाही. दुष्ट माणसं त्यांची कृत्य अंधारात करत राहातीलच. ह्या दुष्ट प्रवृत्ती वाढू नयेत म्हणूनच संस्कारांचं बीज समाजात पेरावं लागतं. संत मंडळी हेच काम अहर्निश करत असतात. तमाचे काळे ढग जमा होऊन समाज नैराश्येकडे झुकू नये म्हणूनच चांगले शिक्षक ज्ञानाचा शिडकाव पण सतत करत असतात. तेव्हाच आपल्या प्रत्येकातली चांगल्या संस्कारांची बीजं मोठी होऊन समाजाला प्रगतीच्या प्रकाशात घेऊन जातात. हे असे विचार मनात आले की भा. रा. तांब्यांची लोकप्रिय कविता आठवते.

"घन तमी शुक्र बघ राज्य करी |
रे खिन्न मना बघ जरा तरी ||
ये बाहेरी अंडे फोडुनि |
शुद्ध मोकळया वातावरणी |
का गुदमरशी आतच कुढुनी |
रे मार भरारी जरा वरी ||
फूल गळे, फळ गोड जाहले |
बीज नुरे, डौलात तरु डुले |
तेल जळे बघ ज्योत पाजळे |
का मरणि अमरता ही न खरी ||

मना वृथा का भिसी मरणा |
दार सुखाचे ते हरि करुणा |
आई पाही वाट रे मना |
पसरोनी बाहु कवळण्या उरी |"

चांगल्या आणि वाईटाचा झगडा हा असाच अनंत काळापर्यंत चालूच राहील. त्यात निराश होऊन किंवा चिडून काहीही हाती लागणार नाही. केवळ ज्ञान, श्रद्धा, शिस्त आणि चांगुलपणा ह्यानेच वाईटावर विजय मिळवता येऊ शकतो हेच खरं. ह्याच्याच जोरावर विष्णूचा भक्त प्रह्लाद हा - नं डगमगता होलिका (ह्या त्याच्या आत्याच्या) मांडीवर बसून अग्नीमध्ये शिरलाच ना. शेवटी वाईटाचाच पराभव झाला. होलिकेला अग्नी काहीही करू शकणार नाही असा जो समज होता तो खोटा ठरला. होलिका अग्नीत भस्म झाली आणि प्रल्हाद सुखरूप बाहेर पडला. ह्या प्रेरणेने, प्रल्हादाच्या चांगल्या प्रवृत्तीचा, भक्तीचा, निष्ठेचा कित्ता आपणही गिरवला म्हणजेच आपण ह्या पुराणकथांमधून इतिहासाकडून काहीतरी शिकलो असं होईल नाही का.

विश्वकल्याण प्रार्थना,

केदार दातार

(होळी पौर्णिमा - १७-०३-२०२२)

9

व्हाट्सऍप: फुकटचा धंदा तरी तिन्ही लोकी झेंडा

युक्रेन हा देश आज सगळ्या जगाला माहित झालाय. युद्धा बद्दलच्या बातम्या, झालस्तर कोण बरोबर, कोण चुकीचा ह्या बद्दलची मतं व्हाट्सऍप वरच्या सगळ्या ग्रुप्स मधून फिरतायत. व्हाट्सऍप हे ऍप आज आजी पासून बाजी पर्यंत आणि रोजी पासून भाजी पर्यंत सगळे लोक वेगवेगळ्या कारणासाठी वापरतायत. ह्या व्हाट्सऍप चा जन्म कसा झाला हा प्रश्न आपल्याला कधी तरी पडतो-नव्हे पडला असेलच. व्हाट्सऍप आणि युक्रेन यांना जोडणारा एक धागा आहे. तो म्हणजे व्हाट्सऍप चा कर्ता यान कूम. एक-एक फीचर आणि एक-एक यूजर चा धागा जोडत-जोडत नावारूपाला आलेल्या व्हाट्सऍप ची ही कहाणी.

यान कूम चा जन्म २४ फेब्रुवारी १९७६ ह्या दिवशी कीव ह्या युक्रेनच्या राजधानी मध्ये झाला. त्यावेळी युक्रेन हा युक्रेनियन एस. एस. आर. (रशिया) चा भाग होता. १९९२ साली म्हणजे यानच्या १६ व्या वर्षी -तो- त्याच्या आई आणि आजी बरोबर अमेरिकेला आला. वडील मागेच राहिले. ते नंतर अमेरिकेला येणार होते. पण १९९७ मध्ये त्यांचा मृत्यू झाला आणि ते अमेरिकेला पोचू शकलेच नाहीत. अमेरिकेला आल्यानंतर राहायचं कुठे, खायचं काय हा एक मोठा प्रश्न ह्या तिघांच्या पुढे उभा होता. काही नातेवाईकांनी त्यांना सुचवलं की माउंटन व्हिऊ - कॅलिफोर्निया मध्ये जा. गरिबाला काही चॉईस नसतो. जिथे मदत मिळेल तिथे तो जायला तयार असतो. लोकांनी सुचवल्या प्रमाणे हे तिघे कॅलिफोर्नियात पोचले. त्यांच्या सुदैवाने त्यांना सोशिअल सपोर्ट प्रोग्रॅम अन्वये एक छोटीशी जागा मिळाली. खाण्याची सोय म्हणून फूड स्टॅम्प्स (मोफत रेशन) मिळू लागले. पोटापाण्यासाठी, आई मुलं सांभाळण्याचं काम करू लागली. आईला मदत म्हणून, यान सुद्धा एका दुकानात केर-लादी चं काम करू लागला. अशीच २ वर्षं उलटली. यान १८ वर्षाचा झाला. त्याला कॉम्प्युटर प्रोग्रामिंग बद्दल कुतूहल वाटू लागलं. शिक्षण पूर्ण करावं ह्या हेतूने, सॅन ओजे युनिव्हर्सिटी मध्ये त्याने नाव नोंदवलं. पण शिक्षणासाठी पैसा लागतो. म्हणून मग अर्नेस्ट अँड यंग (ईअनवाय) ह्या कंपनीत तो एक सेक्युरिटी टेस्टर म्हणून पार्ट-टाइम नोकरी करू लागला.

कॉम्प्युटर बद्दल अधिक माहिती मिळावी यासाठी, एका हॉबी ग्रुप मध्ये पण त्याने हजेरी लावायला सुरुवात केली. हे असं रुटीन चालू असतांना ईअनवाय मध्ये त्याला ब्रायन ऍक्टन हा एक जिवलग मित्र भेटला. त्याच वर्षी म्हणजे १९९७ साली यान ला याहू मध्ये नोकरीची संधी चालून आली. याहू त्यावेळी एक खूप मोठी कंपनी म्हणून नावारूपाला येत होती. याहू मध्ये त्याला स्टॉक ऑप्शन बद्दल माहिती मिळाली. त्याला सांगितलं गेलं की तू पूर्णवेळ नोकरी केलीस तरंच तुला याहू चे स्टॉक ऑप्शन मिळतील. यान ने मग शिक्षण सोडून पूर्ण वेळ नोकरी पत्करली. याहू मध्ये तो इन्फ्रास्ट्रक्चर इंजिनियर म्हणून आता काम करू लागला. कामाची त्याला आवड होतीच. याहू मोठी होत असल्याने, कामही खूप होतं. हे सगळं चांगलं जमून येत असतांनाच यान ची आई २००० साली अचानक कॅन्सर ने देवाघरी गेली. ह्या कठीण प्रसंगी, ब्रायन एका खऱ्या मित्रा सारखा यान च्या पाठीशी उभा राहिला. यान आणि ब्रायन ची एक्दम गट्टी जमली. ९ वर्षं दोघांनी याहू मध्ये खूप काम केलं. खूप अनुभव मिळवला. एक दिवस दोघांनाही असं वाटलं की आता एक वर्षं ब्रेक घ्यावा. अमेरिका थोडा हिंडून पाहावा. परत आल्यावर दोघांनीही फेसबुक मध्ये नोकरीसाठी अर्ज केला. पण नशीब असं की दोघांनाही फेसबुक मध्ये नोकरी मिळू शकली नाही.

२००९ साल उजाडलं. आयटी क्षेत्रात मोबाइलचा प्रवेश आधीच झाला होता. ऍपलचा आयफोन बाजारात आला होता. ऍपलने त्यांच्या ऍप स्टोर ची घोषणा पण केली होती. ह्या ऍप स्टोर मध्ये आता कोणीही स्वतःचे ऍप बनवून लोकांपर्यंत पोचू शकणार होतं. यान ने पण एक आयफोन घेतला. आयफोन च्या स्टोर मध्ये आपलं पण एक ऍप असावं असा विचार त्याच्या मनात आला. काय करता येईल ह्याची चर्चा मित्रां बरोबर तो करू लागला. एकदा असाच तो जिम मध्ये गेला असतांना त्याच्या मित्रांनी त्याला फोन केले. जिम संपून यान बाहेर आला तेव्हा त्याने मित्रांचे मिस्ड कॉल बघितले. एका क्षणात त्याच्या डोक्यात असा विचार आला की आत्ता मी जिम मध्ये आहे हे जर माझ्या मित्रांना माहित असतं तर त्यांनी इतके मिस्ड कॉल केले नसते. म्हणजेच मी आत्ता बिझी आहे किंवा ऑफिस मध्ये आहे - असा स्टेटस - माझ्या मित्रांना कळेल असं ऍप बनवलं, तर हे असे मिस्ड कॉल करण्यात मित्रांचा वेळ वाया जाणार नाही. त्याने लगेच ही कल्पना ऍलेक्स फिशमन ह्या त्याच्या मित्राला सांगितली. कल्पना चांगली होती. एक प्रयोग करून बघायला काय हरकत आहे. आपलं काहीच नुकसान नाही. असा विचार पक्का झाला. मग आपल्या ऍप चं नाव काय असावं ह्यावर चर्चा झाली. यान ने लगेच सुचवलं की आपलं ऍप हे स्टेटस दाखवणारं ऍप असणार आहे. कोणाला फोन केला की अमेरिकेत, इंग्लिश मध्ये, व्हाट्सअप (काय चाललंय) असं विचारण्याची पद्धत रूढ झाली होती. आपल्या ऍप चं नाव व्हाट्सऍप ठेवायचं. आता ऍप बनवायचं ठरवल्यानंतर कामाला सुरुवात झाली. यान ने त्याच्या वाढदिवशी २४ फेब्रुवारी २००९ ला व्हाट्सऍप नावाची कंपनी रजिस्टर केली.

ऍप चं पाहिलं व्हर्जन (आवृत्ती) तयार झालं. ऍपल स्टोर वर ऍप रजिस्टर पण झालं. पण हवा तास प्रतिसाद मिळाला नाही. ह्याचं कारण असं होतं की ऍप उघडल्या शिवाय लोकांना

दुसऱ्याचा स्टेटस कळत नव्हता. २००९ च्या जून मध्ये ऍपल ने पुश नोटिफिकेशन नावाचं एक नवीन फीचर आणलं. आता ऍप उघडायची गरज नव्हती. कोण्याएकाचं स्टेटस बदललं की लगेच त्याच्या मित्रांना नोटिफिकेशन पाठवता येत होतं. ऍप ची २री आवृत्ती ह्या लोकांनी काढली. काही मित्रांनी ते वापरायला सुरुवातही केली. पण हे हुशार मित्र स्टेटस चा वापर एकमेकांशी चॅट करण्यासाठी करत होते. यान नी मग चॅट प्रोग्रॅम तयार करून ऍप मध्ये टाकला. हे झाल्याबरोबर. जगभरातून अनेक लोकांनी व्हाट्सऍप वापरायला सुरुवात केली. एकमेकांना एसेमेस पाठवणं त्याकाळी तरी खूपच महाग होतं. व्हाट्सऍप फुकट होतं. ह्या मुळे व्हाट्सऍप चे यूजर लाखोंनी वाढायला लागले. आता यूजर ची एक्दम एवढी लाट आली, तर आपले सर्वर कोलमडून पडतील ह्याची चिंता यान ला लागली. नवीन सर्वर घ्यायला त्याच्या कडे पैसे कमी पडत होते. त्याने ब्रायन कडे मदत मागितली. ब्रायन कडे पण एवढे पैसे नव्हते. याहू मधल्या काही मित्रां कडून ब्रायन ने अडीच लाख डॉलर जमवले. वाढत असलेल्या यूजर ना सपोर्ट करायला आत्ता तरी हे पैसे पुरेसे होते. पुढचं पुढे बघू. असं ठरवून त्यांनी नवीन सर्वर इन्स्टॉल केले. ब्रायन नी परत एकदा संकटात असलेल्या यान ला एका खऱ्या मित्रा सारखी मदत केली. यान ने ब्रायन ला व्हाट्सऍप चा कोफाउंडर म्हणून कंपनीत सामील करून घेतलं. व्हाट्सऍप ची लोकप्रियता दिवसेंदिवस वाढतच होती. ह्याचं कारण व्हाट्सऍप - ऍपल, अँड्रॉइड, ब्लॅकबेरी आणि नोकिया ह्या सगळ्या फोन वर उपलब्ध होतं. ते सुद्धा फुकट. व्हाट्सऍप च्या टीम ला एका पैशाची सुद्धा कमाई होत नव्हती. पण त्यांना पैसे कमावण्यापेक्षा, लोकांना आपण काही तरी नवीन चांगलं देतोय याचाच आनंद जास्ती होता. आपल्या ऍप मध्ये आपण पैसे कमवायला म्हणून लोकांनकडून पैसे घ्यायचे नाहीत. ऍप मध्ये जाहिराती दाखवून पैसे जमवायचे नाहीत आणि लोकांची गुप्त माहिती कंपन्यांना विकून पण पैसे कमवायचे नाहीत ही ३ तत्वं ह्या टीम नी आधीच ठरवलेली होती. नवीन यूजर ला त्याचा फोन व्हेरिफाय करायला एक एसेमेस पाठवायला लागत असे. ह्या एसेमेस चा खर्च पण ते लोकांकडून घेत नसत. मग कोणतरी सुचवलं की ऍप पूर्णपणे फुकट नं देता एक डॉलर फी घेतली तर काय हरकत आहे. जे लोक देतील त्यातून थोडे तरी पैसे मिळतील आणि कोणा पुढे हात पसरावे लागणार नाहीत. म्हणून मग १ डॉलर वार्षिक फी घ्यायचं ठरलं. ही फी सुद्धा ऐच्छिक होती. म्हणजे तुम्हाला एक मेसेज दिसेल की आमचा खर्च भागावा म्हणून १ डॉलर फी देण्याची तुमची इच्छा असल्यास पेमेंट लिंक वर क्लिक करा. ही ऐच्छिक फी बरेच वर्ष व्हाट्सऍप मध्ये चालू राहिली. फी भरली काय आणि नाही भरली काय - लोकांना ऍप फुकट वापरायला मिळत असल्यामुळे जगात व्हाट्सऍप ची जवळ-जवळ सगळ्या ऍप स्टोर वर पहिल्या किंवा दुसऱ्या नंबरची हजेरी कायम राहिली. ही इतकी लोकप्रियता कुठल्याच ऍप ला मिळाली नव्हती. ह्या कडे बऱ्याच जणांचं लक्ष होतं. अनेक इन्व्हेस्टर व्हाट्सऍप ला शोधत त्यांच्या दारापाशी आले. पण व्हाट्सऍप च्या टीम ला अजून खूप काम करायचं होतं. त्यांनी आता व्हाट्सऍप मध्ये व्हॉइस मेसेज आणले. स्टेटस नावाचं एक वेगळं फिचर आणलं. ह्या दरम्यान २०११ मध्ये सिकोइया कॅपिटल नावाच्या एका

अग्रगण्य व्हेंचुअर कॅपिटल कंपनी ने व्हाट्सॲप ला ८ मिलिअन डॉलर देऊ केले. व्हाट्सॲप ने ते घेतले. कारण आता त्यांना व्हॉइस कॉलिंग नावाचं एक फिचर ॲप मध्ये टाकायचं होतं. ह्यासाठी प्रोग्रॅम लिहिण्यापेक्षा एका कंपनी कडे असलेला प्रोग्रॅम घेऊन तो वापरावा म्हणजे वेळ वाचेल ह्या विचाराने त्यांनी सिकोइया कडून अजून ५० मिलिअन डॉलर घेतले आणि सॅन्टा क्लारा मधली व्ही-टोक हे ॲप बनवणारी स्कायमोबीअस ही कंपनी विकतच घेतली. आता व्हाट्सॲप हे परिपूर्ण ॲप होत होतं. म्हणजे - चॅट, स्टेटस, फाईल पाठवणे आणि व्हॉइस कॉल ह्या सगळ्या गोष्टी त्यात हळू हळू येत होत्या. २०१३ च्या डिसेंबर मध्ये व्हाट्सॲप चे दर महिन्याला जवळ-जवळ ४०० मिलिअन एक्टिव्ह यूजर होते.

आयटी मधल्या अग्रगण्य कंपन्यांमध्ये व्हाट्सॲप विकत घ्यायची चुरस सुरु झाली. २०१२ साली फेसबुकचा आयपीओ बाजारात येऊन फेसबुक चा नंबर जगातल्या टॉप ५ आयटी कंपन्यांमध्ये गणला जाऊ लागला होता. आयपीओमुळे फेसबुकला भरपूर पैसाही हाताशी आला होता. कुठून तरी बाजारात खबर पसरली की गूगल ने व्हाट्सॲपच्या टीमला त्यांच्या ऑफिसमध्ये बोलावणं पाठवलं आहे म्हणून. ही संधी गेली तर सोशिअल मीडिया मधलं आपलं वर्चस्व कमी होईल ह्या विचाराने फेसबुकचा सर्वेसर्वा मार्क झुकरबर्ग ह्याने व्हाट्सॲपच्या टीमला त्याच्या घरी जेवायला बोलावलं. जेवता-जेवता मार्कने सहज विषय काढला आणि तुमची कंपनी मला विकत घ्यायची आहे असं त्यांना सांगितलं. यान आणि ब्रायन ने पण सहज विचारलं की तू किती पैसे देशील. मार्क ने लगेच सांगितलं १९ बिलियन डॉलर. हा आकडा ऐकून यान आणि ब्रायन उडालेच. ४-५ वर्षांपूर्वीच स्थापन झालेल्या आणि एकही पैसा मिळकत नसलेल्या कुठल्याच कंपनीला आत्तापर्यंत इतकी किंमत कोणी देऊ केलेली नव्हती. हा करार झाला तर ती जगातली आणि इतिहासातली अशी पहिलीच घटना असेल हे यान आणि ब्रायन ला माहित होतं. त्यांनी पण त्यांच्या अटी तयार ठेवल्या होत्या. व्हाट्सॲप ही एक स्वतंत्र कंपनी म्हणून अस्तित्वात राहील- ही त्यातली पहिली अट होती. पैसे कमवायला म्हणून लोकांना अधिकीच फी जबरदस्तीने आकारणे, ॲप मध्ये जाहिराती देणे आणि लोकांची गुप्त माहिती कंपन्यांना विकून पैसे कमावणे हे ही करायचं नाही. अश्या अटी पण त्यात होती. मार्कला त्यांच्या सगळ्या अटी मान्य होत्या. सगळ्यांची मतं एक झाली आणि करार पूर्ण झाला. यान ने त्या करारावर सही केली ती जागा होती फूड स्टॅम्प मिळत असलेल्या ऑफिस च्या दारापाशीची. हालाखीच्या दिवसांत आपण आपल्या आई बरोबर ह्या ऑफिसच्या दारात उभे राहून दोन वेळच्या दाण्या साठी फूड स्टॅम्प (रेशन) साठी रांग लावायचो हे तो विसरला नव्हता. फेसबुक ने व्हाट्सॲप ही कंपनी १९ फेब्रुवारी २०१४ ला विकत घेतली. एप्रिल २०१५ मध्ये व्हाट्सॲप ने व्हॉइस कॉल हे फीचर लॉंच केलं. २०१६ साली १ डॉलर ची ऐच्छिक फी आकारणं कायमचं बंद करण्यात आलं. व्हाट्सॲप चं स्टेटस हे फेसबुक च्या स्टेटस सारखं करण्यात आलं. सगळं चांगलं चाललं होतं. तेवढ्यात १८ मे २०१७ ला युरोपियन युनिअन ने फेसबुकला ११० मिलिअन युरो एवढी फाईन भरण्याची नोटीस पाठवली. ह्याचं कारण हे होतं की फेसबुक ने त्यांना खोटी माहिती

पुरवली होती की व्हाट्सॲप चे मेसेज आणि यूजर ची माहिती फेसबुकला मिळणार नाही ह्याची त्यांनी पूर्ण खबरदारी घेतलेली आहे. फेसबुकला स्वतःचं म्हणणं सिद्ध करता आलं नाही. कारण २०१६ पासून फेसबुक व्हाट्सॲप च्या यूजरची सगळी माहिती गोळा करून त्याचा उपयोग त्या सगळ्या यूजर ना फेसबुक मधल्या जाहिराती दाखवण्यासाठी करत होतं. इथेच दुफळीला सुरुवात झाली.

हा खोटारडेपणा ब्रायन ला पटला नाही. २०१७ च्या सप्टेंबर महिन्यात ब्रायन ने ह्यातून बाहेर पडण्याचा निर्णय जाहीर केला. ब्रायन बाहेर पडला तो त्याचे ८५० मिलियन डॉलर चे शेअर व्हेस्ट (वठण्या) होण्याआधीच. आपला एखादा रुपया जरी कुठून यायचा असेल तर आपण अगदी लक्षपूर्वक सगळी खबरदारी घेऊन तो वसूल करतोच. पण ब्रायन ला त्याची पर्वा नव्हती. आपल्यावर विश्वास ठेऊन व्हाट्सॲप वापरणाऱ्या आपल्या युजर्सशी प्रतारणा त्याला सहनच होत नव्हती. बाहेर पडल्या नंतर त्याने सिग्नल फौंडेशन ह्या नॉन-प्रॉफिट संस्थेची स्थापना केली. ह्या संस्थे मार्फत व्हाट्सॲप चेच सगळे फीचर असलेलं सिग्नल ॲप त्याने तयार केलं आणि एक जगप्रसिद्ध ट्विट केलं - **फेसबुक डिलीट करा**. ह्याला एलोन मस्क ने पण जाहीर पाठिंबा दिला. आता व्हाट्सॲप च्या यूजरची माहिती गोळा करून त्याचा वापर जाहिरातीच्या बिजिनेस मध्ये करणं फेसबुकला बंद करावं लागणार होतं. म्हणून मग व्हाट्सॲप बिजनेस नावाच्या एका नवीन ॲप आणि फीचर ची घोषणा फेसबुक ने २०१८ च्या जानेवारी महिन्यात केली. व्हाट्सॲप चा वापर मोठमोठ्या कंपन्या आता त्यांच्या ग्राहकांना सपोर्ट देण्यासाठी करू शकणार होत्या. त्यातून व्हाट्सॲपला (म्हणजेच आता फेसबुकला) थोडी फार कमाई पण करता येणार होती. ह्यात अजून एक गालबोट लागलं. २०१८ च्या ॲप्रिल मध्ये यान ने जाहीर केलं की मी सुद्धा फेसबुक मधून बाहेर पडतोय. हा फेसबुकला दुसरा धक्का होता. व्हाट्सॲप चे दोनही मालक आता त्यांच्या पासून वेगळे झाले होते. फेसबुकने यान च्या जागी आपला माणूस आणला. पुढे व्हाट्सॲप मध्ये नवीन-नवीन फीचर ते आणत राहिले. जानेवारी २०२१ मध्ये फेसबुक ने एक नवीन पॉलिसी जाहीर केली. ही पॉलिसी ॲकसेप्ट करण्याची मुदत युजर ना देण्यात आली होती. ८ फेब्रुवारी २०२१ पर्यंत तुम्ही जर ही पॉलीसी ॲकसेप्ट नाही केली तर व्हाट्सॲप तुम्हाला वापरता येणार नव्हतं. ह्याचा सगळी कडून विरोध झाला. म्हणून मग त्यांनी अधिकीची मुदत लोकांना दिली. पॉलीसी ॲकसेप्ट केली नाही तरी व्हाट्सॲप तुम्हाला वापरता येईल असं पण फेसबुक नी जाहीर केलं. ह्या पॉलीसी मध्ये फेसबुक ने एक मेख मारून ठेवली आहे. की व्हाट्सॲप च्या सगळ्या युजर चा डेटा हा फेसबुक वापरू शकतं म्हणून. नवी-नवी फीचर व्हाट्सॲप मध्ये अजून येतंच राहातील. पण आता लोकांपुढे सिग्नल सारखा एक नवा कोरा आणि अजून तरी सुरक्षित असा पर्याय उपलब्ध आहे. पण हे माहिती असूनसुद्धा अजुनही आपण सगळेच व्हाट्सॲप वापरतोय ह्याचं मुख्य कारण म्हणजे नेटवर्क इफेक्ट. ह्यात असं होतं की मी जरी ठरवलं की व्हाट्सॲप मधून बाहेर पडायचं तरी माझे सगळे मित्र, नातेवाईक, अनेक ग्रुप हे जोपर्यंत सिग्नल सारख्या ॲप वर जात नाहीत तो पर्यंत

मला व्हाट्सऍप वापरत राहावंच लागेल. आणि सगळे व्हाट्सऍप सोडून जातील अशी ग्वाही कोणीच देऊ शकत नाही. म्हणूनच आपण ह्या अशा ऍप चे गुलाम होऊन त्यात अडकून पडतो. ही अशी परिस्थिती फक्त व्हाट्सऍप सारख्या ऍप चीच आहे असं नाही कुठल्याही फुकट मिळालेल्या आणि लोकप्रिय झालेल्या पण सामाजिक दृष्ट्या चुकीच्या असलेल्या गोष्टीच्या बाबतीत सुद्धा हे असंच होतं. आपल्या सगळ्यांना आतून वाटत असतं की आता हे थांबवावं पण सोडवत नाही. असो.

नवनवीन फीचर चा आणि यूजर चा एक-एक धागा जोडून लोकप्रिय झालेल्या व्हाट्सऍप ची ही गोष्ट डोळ्यापुढून सरकली की मला गदिमां नी लिहिलेल्या आणि पु. लं. नी संगीत दिलेल्या एका गाण्याची कायम आठवण होते.

“कबिराचे विणतो शेले, कौसल्येचा राम
भाबड्या या भक्तासाठी, देव करी काम !
एक एकतारी हाती, भक्त गाई गीत
एक एक धागा जोडी, जानकिचा नाथ
राजा घनःश्याम !
दास रामनामी रंगे, राम होइ दास
एक एक धागा गुंते, रूप ये पटास
राजा घनःश्याम !
विणुन सर्व झाला शेला, पूर्ण होइ काम
ठायि ठायि शेल्यावरती, दिसे रामनाम
गुप्त होई राम !
हळु हळु उघडी डोळे, पाहि जो कबीर
विणूनिया शेला गेला, सखा रघुवीर
कुठे म्हणे राम ?”

एक-एक फीचर व्हाट्सऍप मध्ये आणून ते सगळ्या जगाला फुकट देणारा यान एक राम. आणि यान ने केलेल्या व्हाट्सऍप ला एक-एक माणूस यूजर ह्या नात्याने जोडला गेला आणि या ऍप चाच दास झाला - तो यूजर चा जनसमुदाय हा दुसरा राम. हा सगळा व्हाट्सऍप चा शेला विणून झाल्यावर यूजर्सशी केलेली प्रतारणा सहन नं झाल्यामुळे १८० मिलियन डॉलर वर पाणी सोडून फेसबुक पासून वेगळा होणारा (गुप्त होणारा) ब्रायन तिसरा राम. अशी अनेक रुपं ह्यात दिसतात.

पण एक मात्र नक्की. अनेक दुःख सोसून सुद्धा कष्टाने आपली ध्येय पूर्ण करणारा यान आणि त्याच्या पाठीशी श्रद्धेने लक्ष्मणासारखा उभा राहणारा ब्रायन ह्यांची ही गोष्ट खरंच प्रेरणादायी आहे. कितीही संकटं आली तरी नं डगमगता प्रामाणिक पणे आपण आपलं काम करत राहिलं तर एक दिवस ध्येय पूर्ती नक्किच होते हे ह्या गोष्टीतून लक्षात राहिलं आणि

आचरणात उतरलं म्हणजे मिळवली.

विश्वकल्याण प्रार्थना,

केदार दातार

(२६/०३/२०२२)

10

अतारी: खेळ मांडीयेला वाळवंटी घाई

सध्या आय. पी. एल. चा सिझन चालू आहे. नेमक्या परीक्षा पण तोंडावर आल्यायत. घराघरातून पालक आणि पाल्यांचा एक नवा (*तसा जुनाच*) खेळ सुरु आहे. अभ्यासाला वेळ किती द्यायचा आणि खेळाला किती, ह्यावर अनेक वेळा चर्चा रंगतायत. हल्ली तर मोबाइल मुळे आपण सगळेच गेम सतत खिशात घेऊन फिरत असतो. मनावर लगाम घालणार तरी किती आणि कसा. संगणकावरचे खेळ (कॉम्प्युटर गेमिंग) हा एक बलाढ्य उद्योग आहे. २०२१ साली ह्या उद्योगाचा महसूल जवळ-जवळ ८५.८६ बिलियन डॉलर एवढा होता. ह्या सगळ्याची सुरुवात करणारी एक नावाजलेली कंपनी म्हणजे अतारी. एके काळी फक्त ३ वर्षांत ह्या कंपनीची उलाढाल १७ मिलियन डॉलर पासून २ बिलियन डॉलर वर पोचली होती. पण आज ही कंपनी फक्त नावापुरती शिल्लक आहे. ह्या अतारी ची आणि एकूणच कॉम्प्युटर गेमिंग चीच सुरुवात कशी झाली त्याचा आढावा घेणारी ही कथा.

ह्या कथेची सुरुवात १९४८ साली झाली. दुसऱ्या महायुद्धा दरम्यान अमेरिकेने अणुसंशोधनासाठी म्हणून ३ प्रयोगशाळा उभारल्या. त्यातली एक - **ब्रूकहॅवन नॅशनल लॅब** - ही लॉन्ग आयलंड मध्ये होती. ह्या लॅब मध्ये अनेक विषयांवर संशोधन चालू होतं. विज्ञानाची सामान्य जनतेला माहिती व्हावी म्हणून ह्या लॅब नी व्हिजिटर डे नावाची एक योजना राबवायला सुरुवात केली. प्रेत्यक डिपार्टमेंटचा एक वेगळा बूथ त्यात असावा अशी ती संकल्पना होती. ह्या लॅब मध्ये विल्यम हेगनबॉटम हे रिसर्च करत होते. आपल्या डिपार्टमेंटचा एक्झिबिट हा लोकांना कळेल आणि रुचेल असा असावा ह्या हेतूने त्यांनी एक युक्ती केली. त्यावेळी त्यांचे कॅथोड रे ओसीलोस्कोप वर काम चालू होते. ह्या ओसीलोस्कोप वर आपल्याला एक गेम बनवता येईल का असा विचार त्यांच्या मनात आला आणि त्यांनी **टेनिस फॉर टू** ह्या नावाचा गेम तयार केला. त्यांच्या १९४८ सालच्या पेटंट मध्ये त्याचे नाव आहे **कॅथोड रे ट्यूब अम्युझमेंट डिवाइस**. हा एक साधा टेनिस गेम होता. पण तो इतका लोकप्रिय झाला की व्हिजिटर डे च्या दिवशी लोकांच्या रांगा लागायला लागल्या.

ओसीलोस्कोप हा एका टीव्हीसारखा असतो आणि (ॲनालॉग) इलेक्ट्रिक सिग्नल वर तो काम करतो. एका सर्किट मधून ३ सिग्नल फिरवून त्यांनी २ खेळाडू, १ नेट आणि १ टेनिस बॉल - टीव्ही वर चितारले. एक स्विच बटण आणि वोल्युम कंट्रोल ची बटणं त्याला जोडली आणि हा गेम तयार झाला. हा खूपच लोकप्रिय झाला. पण सर्वसामान्यांना तो फक्त व्हिजिटर डे लाच खेळता येत असे. नंतर १९५२ साली सँडी डग्लस यांनी केम्ब्रिज युनिव्हर्सिटी मध्ये रिसर्च करत असतांना ह्युमन कॉम्प्युटर इन्टरॅक्शन वर एक पेपर लिहीला. ते काम करत होते एका मेनफ्रेम कॉम्प्युटर वर. त्याचं नाव होतं - **इलेक्ट्रॉनिक डीले स्टोरेज ऑटोमॅटिक कॅलक्यूलेटर**. हा एक महाकाय संगणक होता. आपण कॉम्प्युटरला दिलेले संदेश कॉम्प्युटर च्या स्क्रीनवर दिसू शकतील हे सिद्ध करण्यासाठी म्हणून आपण फुल्ली गोळा खेळतो तोच खेळ त्यांनी ह्या कॉम्प्युटर वर तयार केला आणि त्याला नाव दिलं **ओक्सो**(oxo). त्यानंतर १९६२ साली स्टिव्ह रसेल आणि त्यांच्या टीम नी एमआयटी मध्ये **डी. इ. सी. - पीडीपी-१** ह्या मिनिकॉम्प्युटर वर **स्पेस वॉर** नावाचा एक गेम तयार केला. उद्देश होता - ह्या संगणकाची क्षमता जास्त चांगली आहे हे सिद्ध करणे. हा पीडीपी-१ संगणक अनेक युनिव्हर्सिटीं मध्ये होता. म्हणून सगळ्या युनिव्हर्सिटीच्या विद्यार्थ्यांनी त्यांच्या कडे हा गेम टाकला आणि तोही खूप लोकप्रिय झाला. अजून तरी हे गेम फक्त युनिव्हर्सिटी मध्ये रिसर्च करण्याऱ्या विद्यार्थ्यांनाच उपलब्ध होते. कारण हे कॉम्प्युटर खूपच महाग होते. १९६१ साली पीडीपी-१ ची किंमत होती १ लाख डॉलर.

१९६४ साली युनिव्हर्सिटी ऑफ यूटाह मध्ये नोलन बुशनेल नावाचा एक तरुण इलेक्ट्रिकल इंजिनियरिंग शिकायला आला. तो पण हा स्पेस वॉर खेळू लागला आणि त्याच्या प्रेमातच पडला. त्यावेळी (शिक्षणाचा खर्च निघावा म्हणून) नोलन हा **लगून अम्युझमेंट पार्क** मध्ये पार्ट टाइम मॅनेजर म्हणून काम करत होता. इथे त्याला **आर्केड गेम** ह्या धंद्याचा चांगलाच अनुभव मिळाला. हल्ली काही मॉल मध्ये आपण जसे पैसे देऊन व्हिडीओ गेम खेळतो तसेच हे आर्केड त्यावेळी असत. शिक्षण पूर्ण झाल्यावर नोलन कॅलिफोर्निया ला आला. अँपेक्स नावाच्या कंपनीत काम करू लागला. तिथेच त्याला टेड डेबने भेटला. आता कॉम्प्युटरचा आकार छोटा होत होता आणि किमती पण कमी होत होत्या. नोलन ने टेड समोर स्पेस वॉर सारखा आर्केड गेम बनवण्याची कल्पना मांडली. टेड नी लगेच एक प्रोटोटाइप तयार केला. नोलन ने तो नटिंग असोसिएट्स नावाच्या एका कंपनीला बनवायला लावला. त्यांनी हा गेम विकून ३ मिलियन कमावले. पण तो तितकासा यशस्वी झाला नाही. मग नोलन नी एक नवीन आणि सोपा गेम बनवायचं ठरवलं. नवीन कंपनीच काढली. ह्या कंपनीचं नाव ठेवलं अतारी. अतारी हा जपानी शब्द आहे. गो ह्या खेळात तो वापरला जातो. आपण जसा शह आणि मात बुद्धिबळात वापरतो तसं गो मध्ये दुसऱ्याच्या सोंगट्या काबीज केल्या की अतारी हा शब्द वापरतात. अतारी ची स्थापना कॅलिफोर्नियात झाली ती २७ जून १९७२ मध्ये. त्यांनी अल एलकॉर्न नावाच्या एका इंजिनीअर ला पहिली नोकरी दिली आणि सांगितलं की आपल्याला एक पिंग पोंग

(टेनिस) सारखा कॉम्प्युटर गेम तयार करायचा आहे. एलकॉर्न ला हा ट्रेनिंग प्रोजेक्ट म्हणून देण्यात आला होता. त्याने तो लगेच ऑगस्ट १९७२ पर्यंत तयार केला देखील. हा गेम लोकांना आवडतो का ते बघायला म्हणून नोलन नी सनीवेल मधल्या एका बार मध्ये तो बसवला. एक-दोन दिवसांत एलकॉर्नला त्यांच्या कडून फोन आला की तुमचा गेम बिघडलाय. दुरुस्त करायला माणूस पाठवा. एलकॉर्न स्वतः तिकडे गेला आणि काय बिघाड झालाय ते तपासायला म्हणून त्याने त्यात एक कॉइन (नाणे) टाकले. गेम सुरु का होत नाही म्हणून त्याने तो उघडला आणि त्या कॉइन बॉक्स मधून धो-धो नाणी बाहेर कोसळलीच. कॉइन बॉक्स रिकामा करून त्याने परत तो गेम सुरु करून बघितला तर तो सुरु झाला. एलकॉर्नच्या लक्षात आलं. लोकांनी गेम खेळायला म्हणून इतकी नाणी त्यात टाकली होती की तो कॉइन बॉक्स फुल्ल झाला होता. म्हणजेच त्यांचा गेम प्रचंड यशस्वी झाला होता. अतारी ची घोडदौड आता सुरु नक्कीच झाली होती. पण अजून बरेच (लेव्हल्स) अडथळे त्यांना पार करायला लागणार होते. कॉम्प्युटर गेम बनवणारी अतारी ही पहिलीच कंपनी नव्हती. १९७२ साली राल्फ बेर नावाच्या एका इंजिनीअर नी एक गेम कॉन्सोल बनवला होता. हा गेम कॉन्सोल टीव्ही ला जोडून गेम खेळता येत होता. राल्फ नी त्याचा एक गेम पण तयार केला होता ओडिसी नावाचा. मॅग्नावोक्स नावाची कंपनी तो बनवून विकत पण होती. खरं म्हणजे नोलन ने मॅग्नावोक्स ची आयडिया चोरली होती. राल्फ ने त्यांच्यावर केस केली आणि नोलन ने प्रामाणिकपणे त्याची चूक कबुल करून राल्फला पाहिजे होते तेवढे पैसे देऊन कोर्टाबाहेर सगळा मामला मिटवून टाकला. आता पोंग विकायचा अतारी चा मार्ग मोकळा झाला होता. १९७४ पर्यंत अतारी ने ८००० पोंग मशीन जगभरात विकली. १९७५ मध्ये टेड आणि नोलन मध्ये खटके उडाल्यामुळे टेड अतारी मधून बाहेर पडला. नोलन आता एकटाच राहिला. त्याने त्याच्या टीम बरोबर एक होम गेमिंग कॉन्सोल बनवला. त्यात एक कारट्रिज (केसेट) टाकून आपल्याला हवा तो गेम खेळता येईल अशी सोय केली. पण हे कॉन्सोल बनवायला त्याच्या कडे पैसे नव्हते. म्हणून त्याने अतारी विकायला काढली. वॉर्नर कॉम्युनिकेशन्स नावाच्या कंपनीने ती लगेच १९७६ मध्ये विकत पण घेतली. नोलन ला त्यांनी २८ मिलियन डॉलर दिले. नोलन आता वॉर्नर मध्ये त्यांचा कर्मचारी म्हणून अतारीचं काम पाहू लागला.

ह्या मधल्या काळात एपल आणि मायक्रोसॉफ्ट चे दोन बादशाह अतारी साठी काम करून गेले होते. त्यांनी नंतर पर्सनल कॉम्प्युटिंग क्षेत्रातल्या स्वतःच्या दोन अग्रगण्य कंपन्या काढल्या. पाहिल्याचं नाव होतं स्टिव्ह जॉब्स आणि दुसरा होता बिल गेट्स. जॉब्स हा अतारी मध्ये पार्ट टाइम (लाईन इंजिनियर म्हणून) काम करायला आला होता. त्याचा स्वभाव बघून नोलन ने त्याला नाईट शिफ्ट मध्ये घातला. जॉब्स एकटाच नाईट शिफ्ट मध्ये काम करत होता. जॉब्स ने पहिल्याच दिवशी नोलन ला सांगितलं की तुमच्या लोकांचं सोल्डरिंग एक्दम खराब आहे. नोलन ने जॉब्स ला एक नवीन गेम तयार करायला सांगितला - ब्रेकआऊट नावाचा. ह्या गेम वर काम करायला कोणीच तयार नव्हतं. जॉब्स कडे हे काम

आल्यावर त्याने त्याच्या मित्राकडे स्टिव्ह वोझनीयाक (वोझ) कडे मदत मागितली. हे खरं म्हणजे चुकीचं होतं. प्रोफेशनल एथिक्स मध्ये बसणारं मुळीच नव्हतं. कारण वोझ त्यावेळी एच पी मध्ये काम करत होता. पण मित्रासाठी कायपण ह्या न्यायाने वोझ ने रात्री जागवून ४ दिवसात ते काम पूर्ण केलं. जॉब्स ला नोलन ने त्या कामाचे ५००० डॉलर दिले. पण वोझ ला फक्त ३७५ डॉलर जॉब्स ने दिले. नंतर जॉब्स आणि वोझ एकत्र आले. १९७६ साली दोघांनी मिळून ॲपल कंपनी स्थापन केली आणि इतिहास घडवला.

१९७८ मध्ये नोलन ने ठरवलं की आपण अतारी (वॉर्नर) मधून बाहेर पडायचं. वॉर्नर ने नवीन सीईओ आणला. ह्याचं नाव रे कझार. रे च्या नेतृत्वाखाली त्यांनी कॉन्सोल मध्ये खूप चांगले बदल केले. जॉयस्टिक सारखी आधुनिकता आणली. अतारी २६०० नावाचा त्यांचा कॉन्सोल खूपच लोकप्रिय झाला. १९७९ साली २६०० कॉन्सोल विकून त्यांना १ मिलियन डॉलर कमाई झाली. १९८० मध्ये २ मिलियन मिळाले. १९८२ मध्ये १० मिलियन. असे हे आकडे वाढतच होते. वॉर्नर ला खूप पैसे मिळत होते. पण आता पर्सनल कॉम्प्युटर मार्केट मध्ये आले होते. लोकांचं गेम कॉन्सोल चं आकर्षण कमी व्हायला लागलं होतं. त्यांना पीसी ची उपयुक्तता जास्त वाटत होती. पीसी साठी एक साधा प्रोग्रामर स्वतःचा गेम सहज बनवू शकत होता. अतारी ने पण त्यांचे नवीन गेम लॉंच करायला सुरुवात केलीच होती. पण प्रोग्रामर कडे बघण्याचा त्यांचा दृष्टिकोन त्यांना नडला. प्रोग्रामर म्हणजे कामगार असं त्यांचं धोरण होतं. प्रोग्रामर टीम शी जुळवून घेण्याचा समतोल त्यांना राखता आला नाही. प्रोग्रामर धडाधड नोकऱ्या सोडत होते. गेले तर जाऊद्यात. नवीन आणू. अशी काहीशी मॅनॅजमेन्ट ची भूमिका होती. ह्यामुळे त्यांचे महत्वाचे ४ मोहरे फुटले. डेविड क्रेन, लॅरी कॅप्लन, एलन मिलर आणि बॉब व्हाईटहेड हे बाहेर पडले आणि त्यांनी एक्टिव्हिजन नावाची एक स्वतंत्र कंपनी काढली. एक्टिव्हिजन वाल्यांनी आता अतारी गेम कॉन्सोल वर चालतील असे स्वतःचे गेम तयार करायला सुरुवात केली. अतारी ची मक्तेदारी संपायला एवढे पुरेसे होते. अतारी चे गेम महाग होते. ॲक्टिव्हिजन चे स्वस्त. अतारी ने ॲक्टिव्हिजन वर केस केली. पण नशीब ह्यावेळेस ॲक्टिव्हिजन ला साथ देणार होतं. ॲक्टिव्हीजन केस जिंकली आणि अतारी ला माघार घ्यावी लागली. मार्केट खुलं झालं. कोणीही आता अतारी किंवा तत्सम कॉन्सोल साठी गेम बनवू शकत होतं. ह्यात अक्षरशः क्वेकर ओट्स ने पण त्यांचा गेम लॉंच करून पहिला. पण जपानी कंपन्या ह्या सगळ्यात जास्त पुढे होत्या. त्यांचे गेम स्वस्त होते आणि मस्त सुद्ध होते. १९८० साली पॅक मॅन नावाचा एक गेम खूप लोकप्रिय झाला. अतारी कडे आता चांगले इंजिनियर नव्हते. म्हणून मग हातघाईला सुरुवात झाली. त्यांनी स्वतःचा पॅक मॅन लॉंच करण्यासाठी तयारी सुरु केली. बाहेरचा प्रोग्रामर आणला. त्याला काबुल केलं की जेवढे कॉन्सोल आम्ही बनवू त्याच्यात तुला कमिशन देऊ. हा किती चुकीचा निर्णय होता हे लक्षात घ्या जेवढे कॉन्सोल बनतील त्याच्यात कमिशन. विकले जातील त्यात नव्हे. अतारी ने त्यांच्या अंदाजाने १२ मिलियन कॉन्सोल तयार केले. प्रोग्रामर खुश झाला. त्याच्याकडे वेळ पण कमी होता. जसा जमेल तसा त्याने लवकरात लवकर

तो गेम बनवून अतारी कडे दिला. अतारी ने तो लाँच केला. लोकांच्या हातात पडल्यानंतर त्यांना तो अजिबात आवडला नाही आणि अतारी चा पॅक मॅन आपटला. १२ मिलियन पैकी ७ मिलियन कॉन्सोल विकले गेले. तरीही ५ मिलियन कॉन्सोल त्यांच्या गोदामात पडून राहिले. परत १९८२ साली अतारी ने तीच चूक पुन्हा केली. स्टीवन स्पीलबर्ग चा ई. टी. नावाचा एक चित्रपट आला. अतारी ने ठरवलं ई. टी. गेम लाँच करायचा. प्रोग्रामर ला सांगितलं ४ आठवड्यात गेम तयार झाला पाहिजे. ४ आठवडे खूपच कमी होते. प्रोग्रामर ने ४ आठवड्यात जे जमेल ते ई. टी. गेम मध्ये घातलं आणि अतारी कडे तो सुपूर्त केला. ई. टी. गेम लाँच झाला आणि तो सुद्धा आपटला. ४ मिलियन कॉन्सोल अतारी ने तयार करून विकले. त्यातले ३.५ मिलियन परत आले आणि गोदामात त्यांची पण भर पडली. म्हणजे अतारी गेम बनवत होती आणि ते आपटत होते. बाकीच्या कंपन्यांचे गेम खूपच स्वस्त होते म्हणून अतारी चे गेम लोक घेत नव्हते. सगळ्यांचाच दर्जा घसरला. १९८३ साल उजाडलं. अतारी ची मॅनॅजमेन्ट कानात वारा शिरल्या सारखी पहिला नंबर राखण्यासाठी वाटेल ते आणि वाटेल तसं वागत होती. त्यांनी मार्केट मध्ये बातमी दिली की पुढच्या वर्षी १०-१५ % ने कंपनीची वाढ निश्चित आहे. पण काही महिन्यां पूर्वीच त्यांनी शेअर होल्डर ना सांगितलं होतं की ५०% वाढ नक्की होणार काळजी नको. ह्या परस्परविरोधी बातम्यांमुळे मार्केट धाडदिशी कोसळलं. अतारी ने गोदामाचा खर्च कमी करायला म्हणून गोदामातले सगळे कॉन्सोल न्यू मेक्सिको मध्ये गाडून टाकले. एके काळी गेम इंडस्ट्री मध्ये बादशाह असलेल्या अतारी वर आता ५०० मिलियन डॉलर च कर्ज चढलं.

अतारी ने पी सी कॉम्प्युटर पण बनवून पहिले. ह्यासाठी बेसिक लेंग्वेज प्रोग्रामिंग करायला म्हणून त्यांनी बिल गेट्स ला पाचारण केलं. पण बिल गेट्स नी शेवट पर्यंत ते प्रोग्रॅम बनवलेच नाहीत. अतारी ने बिल गेट्स ला हाकलून लावलं. अतारी चे पी सी पण विकले गेले नाहीत. मग एक शेवटचा प्रयत्न म्हणून त्यांनी १९९३ मध्ये जेगुवार नावाचा नवा कॉन्सोल लाँच करायचं ठरवलं. पण तो सुद्धा लोकांच्या पसंतीस पडला नाही. ह्याचा फायदा एका जपानी कंपनीला झाला तिचं नाव - निंटेंडो. निंटेंडो ने त्यांचा **निंटेंडो एंटरटेनमेंट सिस्टिम** नावाचा कॉन्सोल लाँच केला आणि गेमिंग उद्योगात अतारी ची जागा घेतली. पुढच्या काळात निंटेंडो, सोनी आणि मायक्रोसॉफ्ट ने त्यांचे कॉन्सोल स्वतंत्र पणे लाँच केले पण गेमिंग च्या खेळाची सुरुवात करणारी अतारी आता फक्त नावापुरती राहिली होती. अतारी ने कॉम्प्युटर गेमिंग जगतात केलेल्या योगदाना साठी म्हणून २००७ साली अतारी २६०० हा त्यांचा कॉन्सोल **नॅशनल टॉय हॉल ऑफ फेम** मध्ये समाविष्ट करण्यात आला.

ह्यातून आपल्याला बरंच काही शिकण्यासारखं आहे. नीट तयारी नं करता कुठलीही गोष्ट केली की आपटी खाल्लीच म्हणून समजा. त्यात आपण जगाच्या दृष्टीकोनातून हुशार वगैरे असलो की मग बघायलाच नको. (पहिला) नंबर राखण्यासाठी म्हणून मग ना-ना परीचे आणि तर्हेचे प्रयत्न आयत्या वेळी मुलं करतात. खेळाचं महत्व हे आहेच. आणि राहिलंच. अगदी पूर्वापार आपल्या आज्या सुद्धा सारीपाट खेळायच्याच ना. पत्ते, आट्या-

पाट्या असे अनेक बैठे आणि मैदानी खेळ आपल्या लहानपणी सुद्धा होतेच की. क्रिकेट तर आपल्या सगळ्यांचाच लाडका. स्वामी समर्थ सुद्धा लहान मुलांबरोबर गोट्या खेळत असंत असे जाणकार सांगतातच ना. अगदी तुकाराम महाराजांच्या अभंगात पण त्यांनी सांगितलं आहेच की -

"खेळ मांडीयेला वाळवंटी घाई |
नाचती वैष्णव भाईं रे ||
क्रोध अभिमान गेला पावटणी |
एक एका लागतील पायीं रे ||"

खेळ असो की अभ्यास असो यशाची घाई करता उपयोगाची नाही. वाईट प्रलोभनांच्या आहारी नं जाता. नीट प्रयत्न पूर्वक, अभ्यासाच्या वेळेस अभ्यास आणि खेळाच्या वेळेस खेळ हा समतोल जर राखला तर आयुष्यात यशाची गुढी उंच-उंच जात राहील ह्यात शंका घ्यायचे मुळीच कारण नाही. फक्त हा समतोल राखण्यासाठी आपली इच्छाशक्ती कायम असणे गरजेचे आहे. ती तुमच्या-आमच्यात कायम टिकून राहो. हेच त्या निसर्ग शक्ती कडे मागणे.

विश्वकल्याण प्रार्थना,
केदार दातार
(गुढीपाडवा - ०२/०४/२०२२)

क्रमशः

आयटी चा परिघ खूपच मोठा आहे. अगदी काही दशकात आपल्याला ह्या तंत्रज्ञानाने पोस्टाच्या पत्रां पासून ते ई-मेल पर्यंत, टाईपरायटर पासून ते मोबाईल पर्यंत आणि रोखीच्या व्यवहारापासून ते ऑनलाईन पेमेन्ट पर्यंत प्रवास घडवला आहे.

हा ज्ञानप्रवास संपूच नये असे वाटणे साहजिकच आहे. पण आत्ताशी कुठे ते समजून घ्यायला सुरुवात आपण केलीये. अजून खूप गोष्टी समजून घायच्या आहेत. पुढल्या लेखांत आपण सिलिकॉन व्हॅली आणि त्यातल्या स्टार्ट-अप कंपन्या यांच्या गमती-जमती बघूयात.

तो पर्यंत ह्या गोष्टी तुम्हाला जश्या आवडल्या तश्या तुमच्या मित्रांना पण सांगा आणि ही ज्ञान संकराची प्रक्रिया चालती ठेवा.

हरी ओम तत्सत ||

9 798886 670936

Printed by Libri Plureos GmbH in Hamburg, Germany